साधी यंत्रे

साध्या यंत्रांची सचित्र माहिती

डी. एस. इटोकर

मेहता पब्लिशिंग हाऊस

℗ +91 020-24476924 / 24460313

Email : info@mehtapublishinghouse.com
        production@mehtapublishinghouse.com
        sales@mehtapublishinghouse.com
Website : www.mehtapublishinghouse.com

◆ *या पुस्तकातील लेखकाची मते, घटना, वर्णने ही त्या लेखकाची असून त्याच्याशी प्रकाशक सहमत असतीलच असे नाही.*

SADHI YANTRE by D.S. ITOKAR

साधी यंत्रे : डी.एस. इटोकर / विज्ञानविषयक

© डी.एस. इटोकर
   वॉर्ड नं.२, राऊतवाडी, मु.पो.ता.चिखली, जि. बुलडाणा

प्रकाशक   : सुनील अनिल मेहता, मेहता पब्लिशिंग हाऊस,
              १९४१, सदाशिव पेठ, माडीवाले कॉलनी, पुणे – ४११०३०

मुखपृष्ठ   : चंद्रमोहन कुलकर्णी

प्रथमावृत्ती   : मे, २०१७

P Book ISBN 9789386454942
E Books available on : play.google.com/store/books
                        m.dailyhunt.in/Ebooks/marathi
                        www.amazon.in

विज्ञानावर प्रेम करणाऱ्या
सर्व बालवाचकांना.

दोन शब्द

यंत्र म्हटले की, आपल्या डोळ्यासमोर मोटार गाडी, स्कूटर, रेल्वे गाडी, वर्कशॉप असे चित्र उभे राहते. वजन उचलण्याची क्रेन मशीन, जमिनीला मोठ- मोठे खड्डे पाडणारे बुलडोझर, धरणे बांधणारी मशीन अशा मोठ्या यंत्रांचा आपण विचार करतो.

आपण आपल्या घरगुती गरजांमध्ये व व्यवहारात लहान लहान अशी खूप यंत्रे वापरतो. पण आपण जे साधन वापरीत आहोत ते एक यंत्र आहे अशी पुसटशी शंकादेखील आपल्या मनात येत नाही. विहिरीवरून पाणी काढताना तिच्यावर बसविलेले चाक, गरम चहाचे पातेले धरण्यासाठी वापरलेली सांडस, सुपारी कातरण्याचा अडकित्ता, बैलगाडी, सायकल अशा खूप गोष्टी यंत्राचेच प्रकार आहेत.

अशा सर्व वस्तूंची ओळख 'साधी यंत्रे' या पुस्तकाद्वारे बालवाचकांना करून देण्याचा हा एक प्रयत्न आहे. त्यामुळे सामान्य ज्ञानाबरोबर वैज्ञानिक दृष्टिकोन विकसित व्हावा हा उद्देश आहे.

ही यंत्रे अगदी सरळ, सोपी असतात. म्हणून यांना साधी यंत्रे म्हणतात. प्रत्येक गुंतागुंतीच्या यंत्रात साधी यंत्रे वापरलेली असतात. साध्या यंत्राची माहिती देणारे हे पुस्तक वाचकांच्या हाती देताना मला आनंद होत आहे.

—डी. एस. इटोकर

अनुक्रमणिका

तरफ / २

चाक व कणा / १०

कप्पी / १४

उतरण / २४

स्क्रू / ३१

पाचर / ३६

पाणी तापविण्याचा बंब / ३९

वातीचा स्टोव्ह / ४१

पंपाचा स्टोव्ह / ४३

थर्मास / ४५

फ्लोरोसंट ट्युब लाइट / ४७

विजेची इस्त्री / ४९

प्रेशर कुकर / ५१

मिक्सर ग्राईंडर / ५३

टोस्टर / ५५

गॅसची शेगडी / ५७

विजेची शेगडी / ५९

पाणी तापविण्याचा गीझर / ६१

सूर्यचूल / ६३

वॉशिंग मशीन / ६५

फ्रिज / ६७

अग्निशामक यंत्र / ६९

आपल्या दैनंदिन जीवनात आपण अनेक प्रकारची कामे करतो. वजन उचलणे, एखादी वस्तू ढकलणे, लाकूड फोडणे इत्यादी. काही कामे करण्यासाठी आपल्या शारीरिक शक्तीचा उपयोग होतो, काही ठिकाणी विजेचा वापर करावा लागतो, काही कामे करताना काही साधने वापरावी लागतात. ही साधने अशी असतात की, ते एक यंत्र आहे असा विचारही आपल्या मनात येत नाही. पण आपण त्यांचा वापर मात्र अवश्य करतो.

कमी वेळात जास्त काम व्हावे, सर्व काम सारखे व्हावे आणि ते काम करण्यासाठी श्रम कमी व्हावे यासाठी त्या साधनांचा आपण उपयोग करतो. अशा बिनगुंतागुंतीच्या साधनांना साधी यंत्रे म्हणतात. या साध्या यंत्राचे अनेक प्रकार आहेत. त्यांची नावे खालीलप्रमाणे आहेत.

१) तरफ (लिव्हर)

२) चाक व कणा (व्हील आणि ऑक्सल)

३) कप्पी (पुली)

४) उतरण (इन्क्लीन्ड प्लेन)

५) मळसूत्र (स्क्रू)

६) पाचर (वेज)

साध्या यंत्रापैकी आपण एका एका यंत्राची माहिती पाहू.

तरफ

तरफ ही साध्या यंत्रापैकी सर्वांत जुनी असून, इजिप्तमधील पाच हजार वर्षांपूर्वीच्या शिल्पाकृतीत ती आढळते. तरफ म्हणजे एक लांब

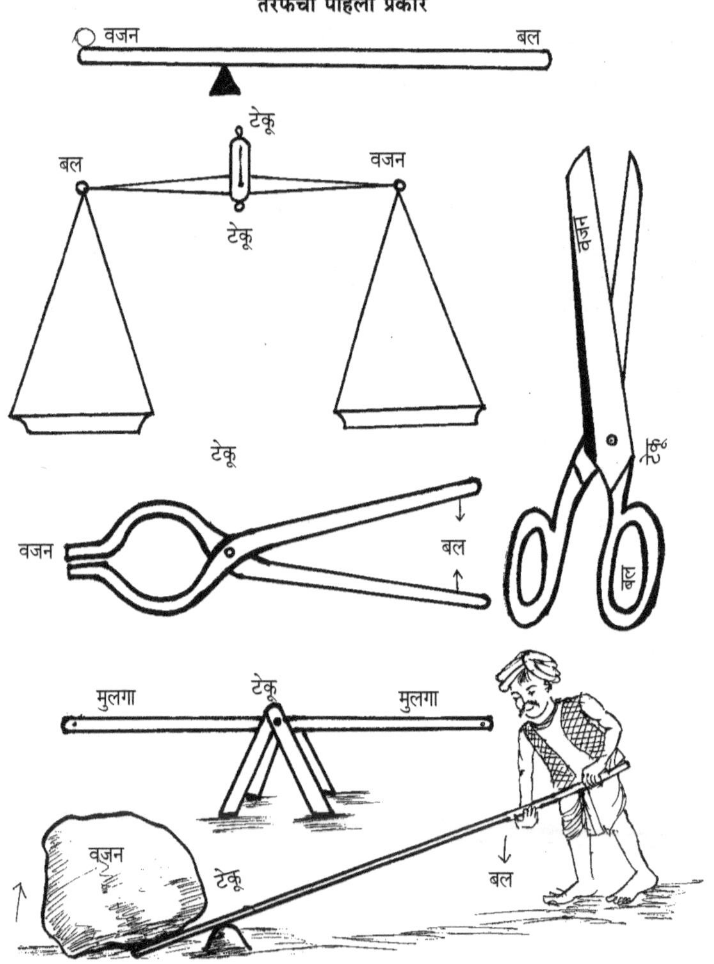

काठी व तिच्या मध्यभागी असलेला टेकू होय. या काठीला एका टोकाकडून बल लावायचे असते व दुसऱ्या टोकाकडील वजन उचलायचे असते. या टेकूची जागा बदलली म्हणजे तरफेचे प्रकार बदलतात.

प्रथम काठीच्या मध्यभागी टेकू असलेल्या तरफेचा विचार करू. याचे व्यवहारातील उदाहरण वजन करण्याचा दोन पारड्यांचा तराजू होय. दोन पारड्यांच्या लांब दांडीच्या मध्यभागी टेकू असतो. एका पारड्यात वजने ठेवतात. दुसऱ्या पारड्यात पदार्थ ठेवून त्याचे वजन केले जाते. जेव्हा दोन्ही पारड्यांतील वजन समान होईल त्यावेळी टेकूच्या वर असणारा दर्शक-काटा सरळ उभा राहतो. वजन जास्त असेल तर दर्शक-काटा वजनाच्या पारड्याकडे झुकतो व पदार्थाचे वजन जास्त असेल तर दर्शक-काटा पदार्थाच्या पारड्याकडे झुकतो. नेमक्या वजनाची वस्तू तोलण्यासाठी तराजूचा उपयोग करतात.

या प्रकारचे दुसरे उदाहरण म्हणजे कागद कापण्याची कात्री होय. कात्रीच्या मध्यभागी जो स्क्रू असतो तो टेकू होय. कात्रीच्या दोन भोकांत बोटे घालून बल लावायचे असते व दुसऱ्या बाजूकडील पात्यात कागद, कापड अशा वस्तू ठेवून कापायचे असतात. याचे तिसरे उदाहरण म्हणजे स्वयंपाकघरात गरम भांडी उचलण्यासाठी वापरण्याची सांडस होय. मुलांच्या खेळण्यातील 'सी-सॉ'च्या खेळात याच तरफेचा उपयोग केलेला असतो. लांब लाकडाच्या फळीच्या मध्यभागी एक आधाराची बैठक असते. फळीच्या दोन टोकांवर दोन मुले बसतात. वर-खाली झोके घेत खेळतात. मध्यभागी टेकू, एका बाजूला बल व दुसऱ्या बाजूला वजन असलेला तरफेचा पहिला प्रकार आहे.

मोठमोठे दगड, लाकडाचे ओंडके वर उचलून ढकलण्यासाठी लांब पहारीचे एक टोक दगडाखाली घालतात. त्याच्यापासून थोड्या अंतरावर लहान दगड टेकू म्हणून ठेवतात. या टेकूवर पहार टेकवून पहारीचे दुसरे टोक जोराने खाली दाबतात. त्यामुळे मोठा दगड सहज वर उचलला जातो. शेतकरी, कामकरी लोकांना या तरफेचा नेहमीच उपयोग होतो. वजन टेकूपासून जवळ असेल आणि दुसरी बाजू लांब असेल तर कमी बल वापरून मोठे वजन वर उचलता येते.

तरफेच्या दुसऱ्या प्रकारात मधल्या भागात वजन असते. वजनाच्या

एका बाजूकडून टेकू व दुसऱ्या बाजूकडून बल लावावे लागते. या तरफेचे व्यवहारातील उत्तम उदाहरण म्हणजे सुपारी कापण्याचा अडकित्ता होय. अडकित्त्याला दोन दांड्या असतात. एका दांडीला पाते असते. दुसऱ्या बाजूला दोन्ही दांड्या जोडणारा खिळा असतो. हा टेकू होय. मधल्या पात्याखाली सुपारी ठेवतात. ही सुपारी म्हणजे वजन होय. अडकित्त्याच्या दांड्या हाताने जवळ दाबल्या म्हणजे पात्याखाली ठेवलेली सुपारी सहज फुटते. याच प्रकारात येणारे दुसरे उदाहरण म्हणजे सरबताच्या बाटलीचे झाकण उघडण्यासाठी वापरण्यात येणारा 'ओपनर' होय. बाटलीच्या झाकणावर ज्या ठिकाणी ओपनर टेकते तो टेकू, झाकणाच्या खालच्या बाजूला टेकलेला भाग म्हणजे वजन

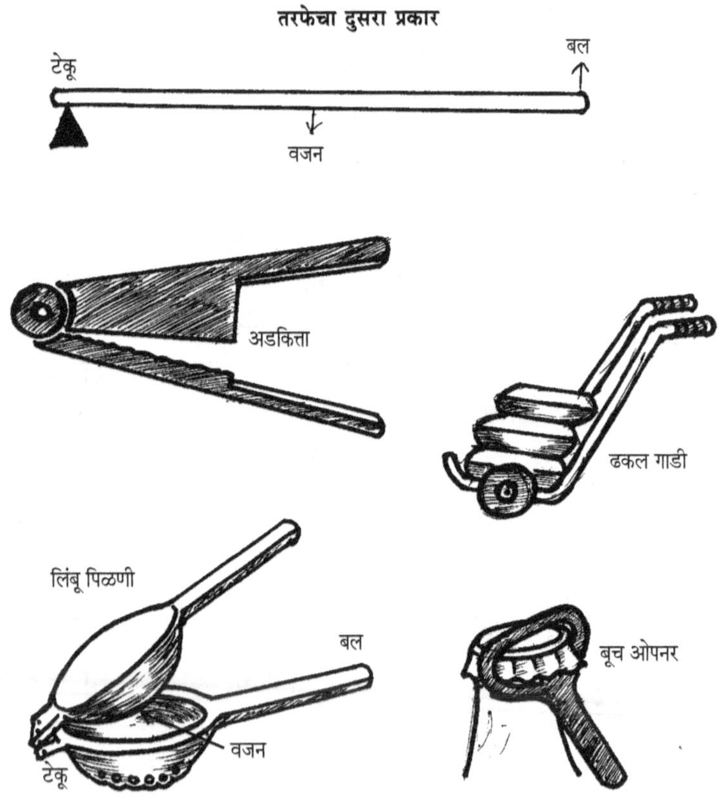

उचलण्याचा भाग व ओपनरची लांब दांडी म्हणजे बलाची बाजू होय. आकृतीत दाखविल्याप्रमाणे ओपनर बाटलीच्या झाकणावर ठेवून दांडी वर केली म्हणजे बाटलीचे झाकण सहज निघते. बागेतील कचरा वाहून नेणारी गाडी किंवा छोटेसे प्रवासी सामान वाहून नेणारी ट्रॉली यासुद्धा याच तरफेच्या तत्त्वावर चालतात.

तरफेच्या तिसऱ्या प्रकारात यांत्रिक लाभ कमी असतो. म्हणजे वजनापेक्षा जास्त बल लावावे लागते. व्यवहारात लहानसे वजन मोठ्या अंतरातून हलविण्यासाठी तरफेचा हा प्रकार वापरतात. यात वजनाची बाजू लांब असते. बल मात्र लहान जागेत लावावे लागते.

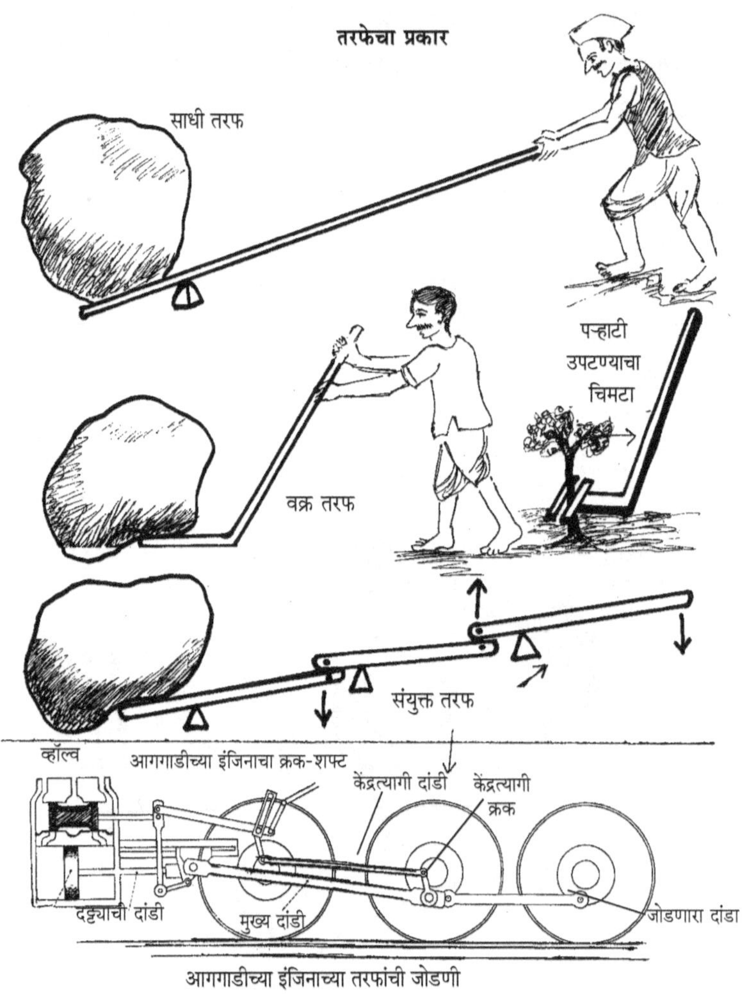

पातळ पट्टी वाकवून तयार केलेला विस्तवाचे निखारे उचलण्याचा चिमटा याच प्रकारचा आहे.

तरफ नेहमी सरळच असते असे नाही. वाकड्या प्रकारचा दांडा वापरूनसुद्धा तरफ तयार करता येते.

सरळ दांडा काटकोनात वाकवून ही तरफ तयार करता येते. आपल्या गरजेप्रमाणे दांड्याचा कोन आपण हवा तेवढा ठेवू शकतो. तो काटकोनच हवा असे नाही. त्यामुळे बलाची दिशा बदलून वजन

उचलू शकतो. याचे उत्तम उदाहरण म्हणजे शेतातील कापूस वेचल्यानंतर पन्हाटीची झाडे उपटण्याचा लोखंडी चिमटा होय. या चिमट्यात झाडाचे खोड पकडून उभा दांडा आपल्याकडे ओढला म्हणजे झाड सहज उपटले जाते.

तरफेचा आणखी एक प्रकार आहे तो म्हणजे संयुक्त प्रकारची तरफ. दोन किंवा तीन तरफा एकमेकांना जोडून संयुक्त तरफ तयार होते. एक तरफ वापरून आपणास यांत्रिक फायदा मिळतो, पण दोन तरफा एकत्र जोडल्या तर यांत्रिक फायदा खूप जास्त होतो. म्हणजेच कमी बल वापरून जास्त मोठे काम सहज करता येते. आकृती १ मध्ये अशा तरफांची जोडणी दाखविली आहे. यातील तिन्ही तरफा पहिल्या प्रकारातील आहेत. प्रत्येक तरफातील बाजूचे गुणोत्तर १:४ ठेवले तर एकूण यांत्रिक लाभ $४ \times ४ \times ४ = ६४$ होईल. १२८ कि.ग्रॅ. वजन उचलण्यासाठी फक्त २ कि.ग्रॅ. बल लागेल. वस्तूचे वजन करावयाच्या मंच काट्यात थोड्या जागेत संयुक्त तरफा वापरून मोठा यांत्रिक लाभ मिळवितात. याउलट टंकलेखन यंत्रात बोट थोड्याच अंतरातून हलते तर टंक त्याच्या कितीतरी पट अंतरातून कागदावर आपटतो. आगगाडीच्या इंजिनाच्या चाकांना अशाच प्रकारच्या तरफा जोडलेल्या असतात.

जड वजनाची वस्तू जमिनीवरून एका ठिकाणाहून दुसऱ्या ठिकाणी नेण्यासाठी गोल ओंडक्याचा उपयोग करणे मानवाला माहीत होते. पण तीच जड वस्तू जमिनीपासून वर उचलण्यासाठी कशाचा उपयोग करायचा हे त्याला माहीत नव्हते. पण काळानंतर त्याला कळले की, आपल्या बळकट स्नायूंना जो दगड उचलणे शक्य नाही तोच दगड सरळ लांब फांदी घेऊन व तिला टेकू लावून उचलला तर उचलला जातो.

थोर शास्त्रज्ञ आर्किमिडीज एकदा असे म्हणाले होते की, 'मला भरपूर लांबीची एक काठी द्या. तिला टेकविण्यासाठी टेकू द्या व मला उभे राहण्यासाठी अंतराळात जागा द्या म्हणजे मी तुम्हाला पृथ्वी हलवून दाखवितो.' अशी ही तरफेची किमया आहे.

तरफेचा आणखी एक प्रकार म्हणजे द्रव तरफ होय. मोटारीच्या सर्व्हिस स्टेशनमध्ये गाड्या वर उचलण्यासाठी करतात. गाड्या दुरुस्तीला

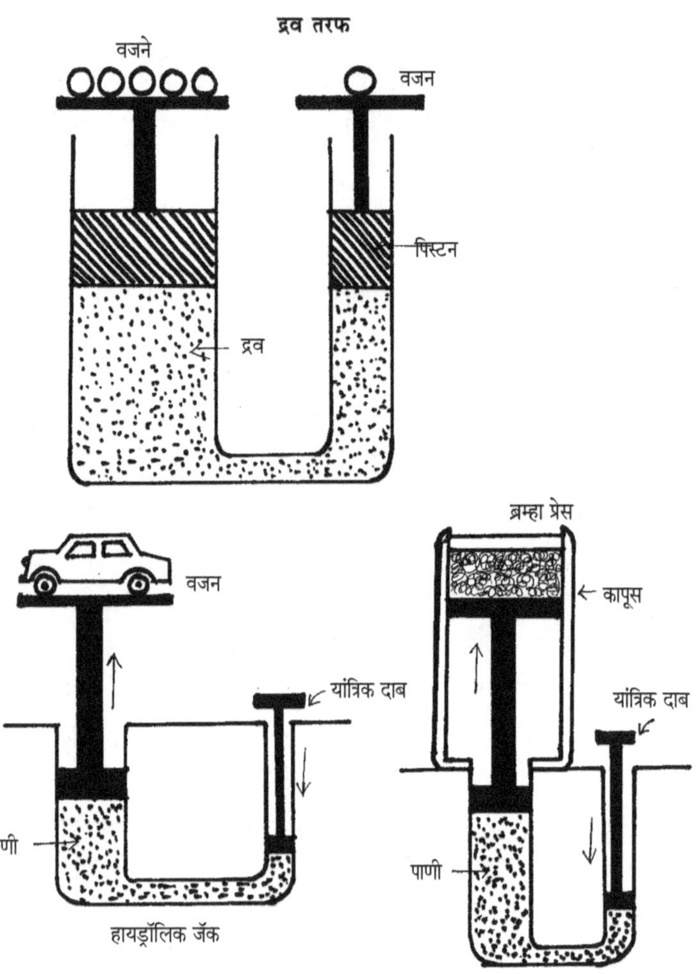

आल्या की, त्यांना डोक्याच्या उंची इतके वर उचलतात व तिच्या खाली उभे राहून तिला खालून दुरुस्त करतात. याला हायड्रॉलिक जॅक म्हणतात. या जॅकमध्ये दोन सिलेंडर असतात. एक सिलेंडर जास्त व्यासाचे असते व दुसरे सिलेंडर कमी व्यासाचे असते. दोन्ही सिलेंडर एका आडव्या पाईपने एकमेकांना जोडलेली असतात. दोन्ही सिलेंडरमध्ये पाणी भरलेले असते. पाण्याच्या वर सिलेंडरमध्ये घट्ट बसणारे, पण वर-खाली सरकू शकणारे पिस्टन असते. अशी दोन सिलेंडरमध्ये दोन

पिस्टन असतात. लहान सिलेंडरच्या व्यासाच्या किती पट जास्त मोठ्या सिलेंडरचा व्यास असेल तितके पट त्याचे क्षेत्रफळ जास्त असेल. लहान सिलेंडरचे वरचे क्षेत्रफळ ५ असे मानले आणि मोठ्या सिलेंडरचे क्षेत्रफळ २५ मानले तर लहान सिलेंडरच्या पिस्टनवर एखादे वजन ठेवले तर मोठ्या सिलेंडरच्या पिस्टनवर त्याच्या वजनाच्या ५ पट वजन ठेवले तरच द्रवपदार्थ (पाणी) समतोल राहील. म्हणजे कमी वजन वापरून जास्त वजनाची वस्तू वर उचलली जाते. लहान सिलेंडरमधील पिस्टनवर दाब वाढविला म्हणजे मोठ्या सिलेंडरमधील पिस्टनवर ठेवलेली वस्तू वर उचलली जाते. याच तत्त्वाचा उपयोग कापसाच्या गाठी बांधण्यासाठी करतात. त्या यंत्राला ब्रम्हा प्रेस म्हणतात.

◆

चाक व कणा

प्राचीन काळात चाकाचा शोध कुणी लावला हे जरी आपणास माहीत नसले तरी पाच हजार वर्षांपूर्वी सुमेरिअन लोकांनी काढलेल्या चित्रात चाकाचा वापर केलेला दिसून येतो. वेगवेगळ्या ठिकाणी, वेगवेगळ्या प्रदेशात कुंभाराचे चाक प्रथम आले. चाकाचा वाहतुकीच्या साधनांत वापर नंतर सुरू झाला. चाकाचा शोध लागण्यापूर्वी गोल ओंडके शेजारी शेजारी ठेवून त्यावर जड वस्तू ठेवीत. नंतर त्या वस्तूला पुढे ढकलीत. गोल ओंडके फिरत व त्यावरून ती वस्तू पुढे जात असे. वस्तू पुढे गेली की, मागचा ओंडका रिकामा होई तो उचलून सगळ्या

गोल लाकडाच्या चकतीला
भोक पाडून तयार केलेले
चाक व गाडी.

ओंडक्यांच्या पुढे ठेवीत. वस्तू पुढे ढकलीत. अशा प्रकारे प्रत्येक वेळी मागचा ओंडका पुढे ठेवून ती जड वस्तू एका ठिकाणावरून दुसऱ्या ठिकाणी नेत असत. त्यानंतर काही शतकांनी गोल ओंडका कापून त्याची जाड चकती कापण्यात आली व तिला मध्यभागी भोक पाडून

चाक

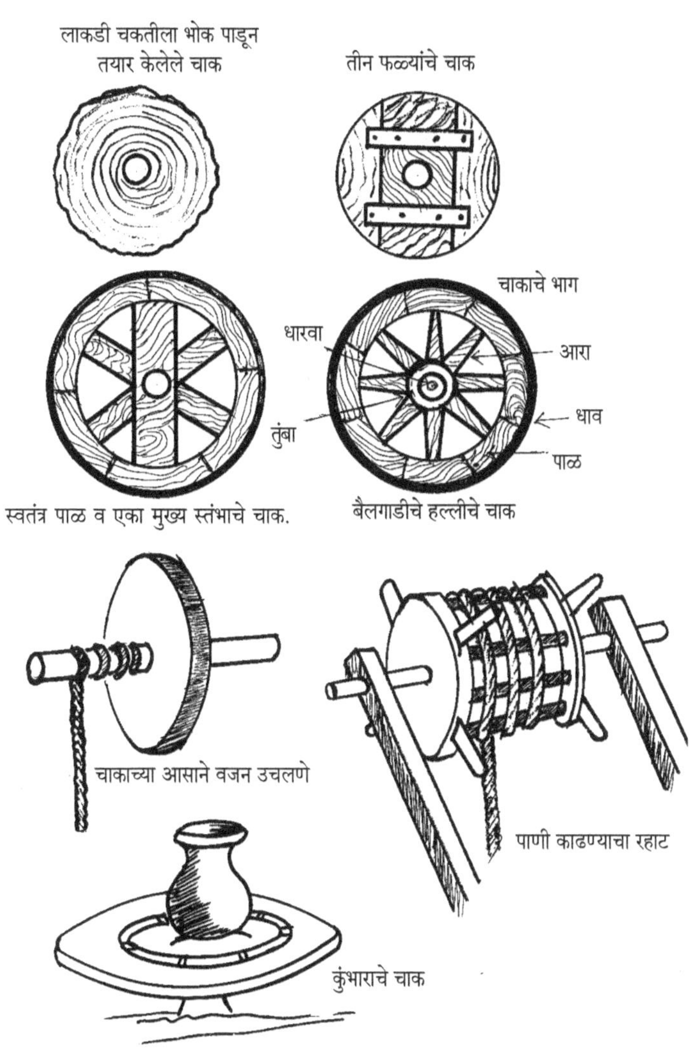

त्यात आडवा लाकडी दांडा फसवून पहिले चाक व कणा तयार झाला. अशी दोन चाके एका दांड्यात बसवून त्याची ओबड-धोबड गाडी तयार झाली. या गाडीवर जड वस्तू ठेवून ती ओढत नेत असत किंवा ढकलीत नेत असत. पूर्वीची चाके भरीव असत. आरे असलेली चाके नंतर आली.

यांत्रिकदृष्ट्या चाक हे तरफांची अनंत श्रेणी आहे. गाडीच्या चाकाच्या बाबतीत प्रत्येक आरा हा तरफेप्रमाणे कार्य करतो. चाक ज्या ठिकाणी जमिनीला स्पर्श करते तो बिंदू म्हणजे टेकू असतो. बल आणि वजन एकाच वेळी आसाजवळ कार्य करतात. चाकाच्या या क्रियेमुळे चाके बसविलेल्या गाडीच्या साहाय्याने कितीतरी पटींनी जास्त असलेले वजन ओढणे शक्य झाले.

चाकाचा व्यास जितका मोठा असेल तितके त्याला ओढणारे बल कमी लागते, असे आढळ्ल्यामुळे प्रथम मोठ्या व्यासाची भरीव चाके बनविली गेली. पण त्यासाठी लागणारे चांगले लाकूड अवघड असल्यामुळे तीन फळ्या एकमेकींना जोडून चाक तयार करण्याची पद्धत सुरू झाली. पुढे पुढे त्यात आणखी प्रगती होऊन आरे असलेल्या चाकाचा शोध लागला. आऱ्याचे चाक हे भरीव चाकापेक्षा वजनाला बरेच कमी व्हायला लागले. त्यामुळे त्याला ओढायला श्रम कमी लागू लागले. चाकाचा परीघ लाकडी असल्यामुळे तो झिजत असे म्हणून त्यावर धाव म्हणून चामड्याच्या पट्ट्या लावीत. तांब्याचा शोध लागल्यावर चाकावर तांब्याच्या पट्ट्या लावणे सुरू झाले. नंतर लोखंडाचा शोध लागल्यावर लाकडी चाकावर लोखंडी धाव बसविण्यात येऊ लागली. अजून ही पद्धत सुरू आहे.

लोखंडी धावेमुळे चाकाला मजबुती आली. चाकाच्या मध्यभागी असलेल्या तुंब्यात लोखंडी धारवा बसवून त्यात वंगण घातल्याने घर्षण आणखी कमी होते. बैलगाडी, टांगा यांना लाकडापासून बनविलेली चाके वापरतात. रेल्वे गाडीला घडीव पोलादापासून तयार केलेली चाके वापरतात. इ.स. पूर्व ३००० च्या सुमारास हळू फिरणाऱ्या चाकावर कुंभारकाम करण्यास सुरुवात झाली. जलद फिरणारे चाक प्रचारात येण्यास अनेक शतके जावी लागली.

इसवीसनापूर्वी कप्पी व त्याचप्रमाणे आडव्या दंडगोलावर दोर गुंडाळून वस्तू वर उचलण्याची युक्ती सर्वत्र प्रचलित होती. याच तत्त्वाचा उपयोग विहिरीतून पाणी वर काढण्यासाठी वापरण्यात येणाऱ्या रहाटामध्ये केला गेला.

◆

कप्पी

पूर्वी विहिरीतून पाणी काढण्यासाठी दोर-बादलीचा उपयोग करीत असत. विहिरीच्या काठावर उभे राहून हाताने दोर ओढून बादली वर ओढावी लागत असे. गुरुत्वाकर्षण बलाच्या विरुद्ध दिशेने ही क्रिया घडत असल्याने श्रम जास्त लागत असे. पुढे कप्पीचा शोध लागल्यानंतर हे काम सोपे झाले.

कप्पी म्हणजे परिघावर इंग्रजी 'यू' आकाराची खाच असलेले गोल चाक होय. याच्या मध्यभागी एक छिद्र असून, त्यात एक दांडा बसविलेला असतो. हा दांडा विहिरीच्या काठावर मजबूत आधाराला पक्का केलेला असतो. चाकाच्या खाचेत दोर बसवून त्याच्या टोकाला बादली बांधतात व दोरीचे दुसरे टोक हातात धरून ठेवून बादली विहिरीत सोडतात. विहिरीत बादली पाण्याने पूर्ण भरल्यावर दोरीचे हातात धरलेले टोक ओढून बादली वर ओढतात. यावेळी ओढण्याची दिशा गुरुत्वाकर्षण बलाच्या दिशेने असल्यामुळे दोरी ओढणे सोपे वाटते. शिवाय दोरी ओढताना चाक अक्षाभोवती फिरल्यामुळे घर्षण कमी होते. त्यामुळे बादली भरभर वर येते.

कप्पीपासून जास्त यांत्रिक लाभ मिळविण्यासाठी कप्प्यांची वेगवेगळी रचना करण्यात येते. त्या रचनेवरून कप्प्यांचे वेगवेगळे प्रकार पडतात. १) साधी कप्पी २) संयुक्त कप्पी.

साधी कप्पी - साध्या कप्पीमध्ये एक आडवा दांडा स्थिर असून, त्यात एक कप्पी बसविलेली असते. जेवढे जड वजन असेल तेवढेच बल लावून ते वजन वर उचलण्याचे काम या कप्पीत होते. यात यांत्रिक फायदा नसला तरी लागणाऱ्या बलाची दिशा बदलल्यामुळे काम करणे सोपे वाटते. याचे व्यवहारात दिसणारे उदाहरण म्हणजे विहिरीवर बसविलेली खिराडी होय.

संयुक्त कप्पी - या प्रकारात दोन किंवा जास्त कप्प्या वापरलेल्या असतात. दोन कप्प्या वापरल्या तर वजनाच्या निम्मे बल लावावे लागते. चार कप्प्या वापरल्या तर वजनाच्या १/४ बल लावावे लागते.

कप्प्यांचे अनेक संच वापरून व त्यांच्या रचना बदलून विजेचे जड ट्रान्सफॉर्मर वर उचलता येतात. ही कप्पी भक्कम अशा आधाराला पक्की

कप्प्यांचे प्रकार

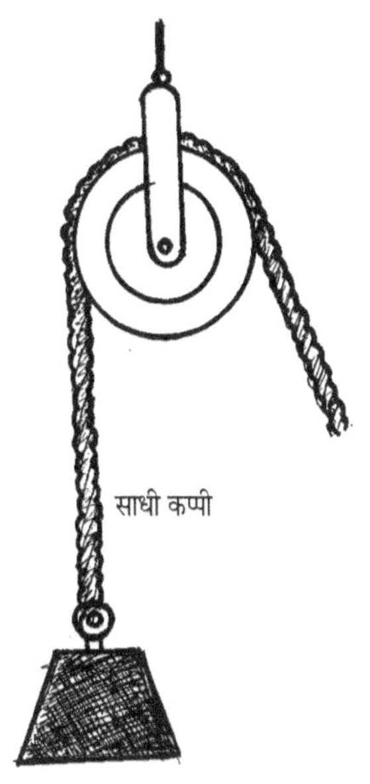

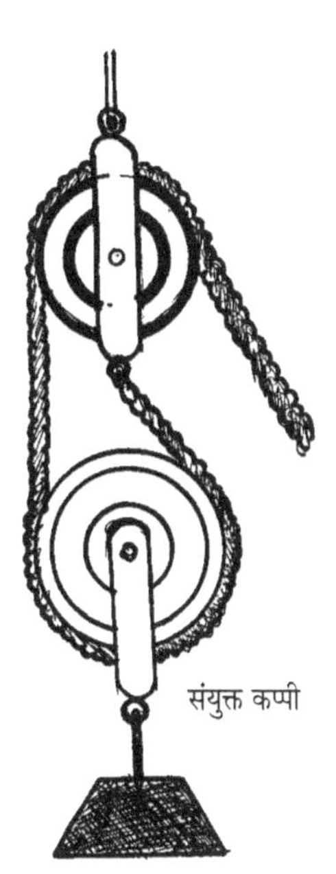

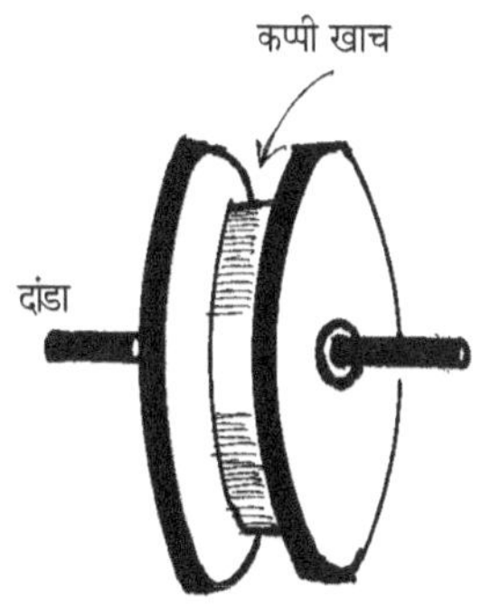

करतात. जे वजन उचलायचे ते लोखंडी साखळदंडाने कप्पीच्या हुकाला बांधतात. कप्पीला एक अखंड साखळी जोडलेली असते. ही साखळी ओढली म्हणजे आतील कप्प्या फिरतात. ओढण्यास ती सुलभ असते. एक माणूस ही साखळी भरभर ओढू शकतो. ओढणे सतत चालू ठेवले की, जड वस्तू इंचाइंचाने वर ओढली जाते. ठरावीक उंचीपर्यंत ट्रान्सफॉर्मर नेण्यास बरेच तास लागतात. अशा प्रकारे १५-२० माणसांना अशक्य असणारे काम कप्पीच्या साहाय्याने एकटा माणूस सहज करू शकतो.

● **गती जास्त करणारी कप्पीची रचना -**   मोठ्या व्यासाच्या कप्पीच्या परिघावरून दोरी, पट्टी किंवा चेन (साखळी) घेऊन ती लहान कप्पीच्या परिघावर बसविली आणि मोठी कप्पी फिरविली तर लहान कप्पी खूप वेगाने फिरते. याचे उत्तम उदाहरण द्यावयाचे झाल्यास सूत काढण्याचा चरखा आणि सायकलची चेनच्या साहाय्याने जोडलेली

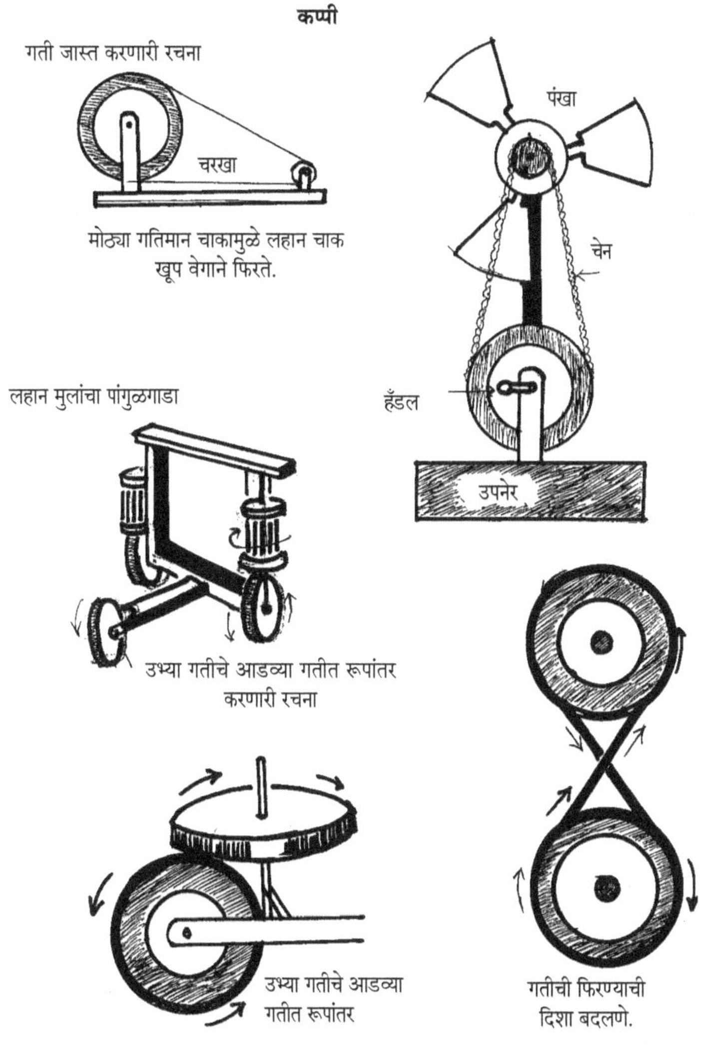

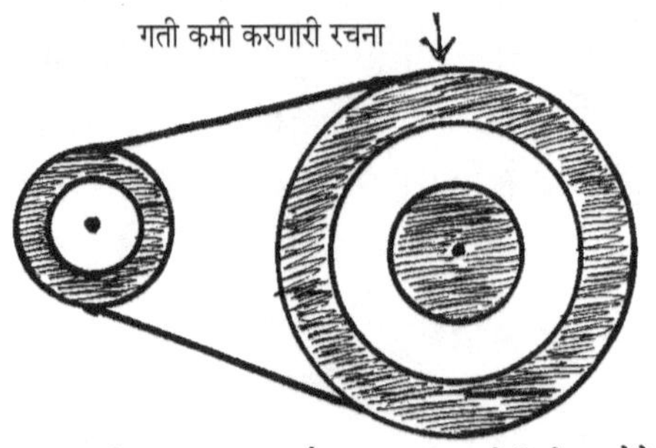

लहान गतिमान चाकावरून मोठ्या चाकाला गती दिली तर मोठे
चाक हळूहळू फिरते.

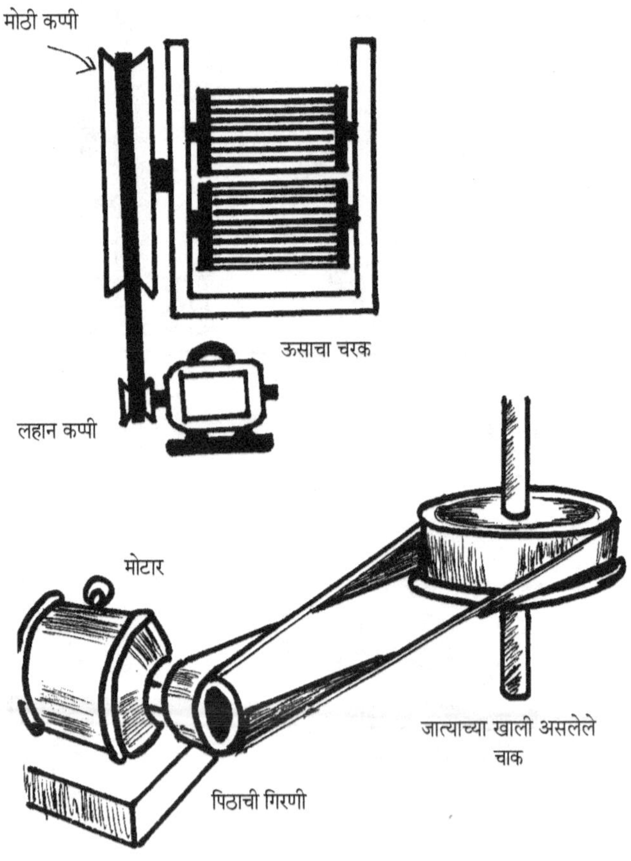

दातेरी चाके, धान्य उपणण्यासाठी लागणारी हवा कृत्रिम रीतीने तयार करणारे उपनेर होय.

● **गतीची दिशा बदलणारी रचना** - एखाद्या फिरणाऱ्या चाकावरून दुसऱ्या चाकाला उलटी गती द्यावयाची असल्यास त्यासाठी दोन्ही चाकांवर गुंडाळलेल्या दोरीला एक आढी द्यावी लागेल. एका चाकाच्या डाव्या बाजूकडून निघणारी दोरी दुसऱ्या चाकावर उजव्या बाजूकडून गुंडाळून डाव्या बाजूने बाहेर काढावी व पहिल्या चाकावर उजव्या बाजूकडून घ्यावी. ही रचना केल्यावर एक चाक उजवीकडून डावीकडे व दुसरे डावीकडून उजवीकडे फिरू लागेल. दोन्ही चाके समान व्यासाची असतील तर दोन्ही चाके समान वेगाने फिरतात.

● **गतीची पातळी बदलणारी रचना** - क्षितिज समांतर पातळी आणि उभी पातळी अशा दोन पातळ्या आहेत.

एखादे चाक उभ्या पातळीत फिरत असेल तर त्याचा अक्ष क्षितिज पातळीत असतो. या चाकाला टेकवून दुसरे चाक आडवे ठेवले तर त्याचा अक्ष उभा राहील व ते आडव्या पातळीत फिरू लागते. लहान मुलांच्या खेळण्यात या प्रकारचा वापर केलेला असतो. तीन चाकांच्या पांगुळगाड्याला मागील दोन चाकांना टेकवून आडवी दोन चाके टेकवून ठेवलेली असतात. पांगुळगाडा लोटला की, त्याची चाके उभी फिरतात. ही दोन चाके आडवी फिरतात व त्याची गंमत वाटते.

● **गती कमी करणारी रचना** - इंजिन किंवा विजेच्या मोटारीच्या फिरण्याचा वेग खूप जास्त असतो. काही कामे करताना हा वेग कमी करावा लागतो. त्यावेळी मोटारीच्या छोट्या चाकावरून पट्टा घेऊन तो मोठ्या व्यासाच्या चाकाला जोडला की, काम झाले. मोठ्या चाकाचा वेग जरी कमी झाला तरी त्याच्या अक्षाजवळ फिरण्याची ताकद वाढलेली असते. उसाचा रस काढणारा चरक फिरण्यास खूप जड असतो. म्हणून मोटारच्या लहान चाकाची गती चरकाच्या मोठ्या चाकाला दिली की, चरक फिरू लागतो. त्याचप्रमाणे पिठाच्या गिरणीत लहान चाकावरून गती घेऊन जड असणारे जाते फिरविले जाते.

अशा प्रकारे कप्प्यांची वेगवेगळी रचना करून वेगवेगळी कामे करून घेता येतात.

गिअर-चक्र

कप्पीची पुढची पायरी म्हणजे गिअर-चक्र होय. या चक्राला

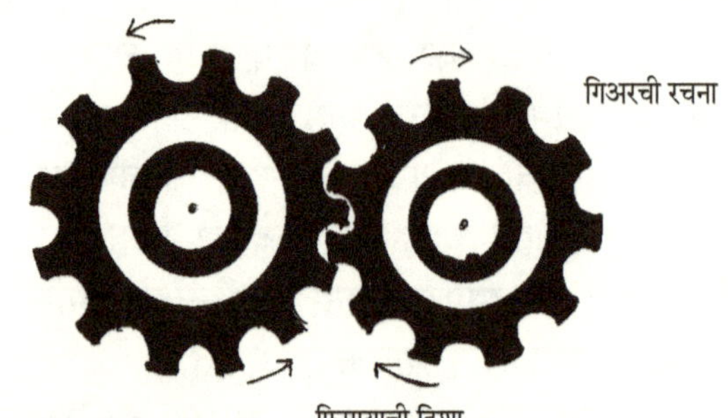

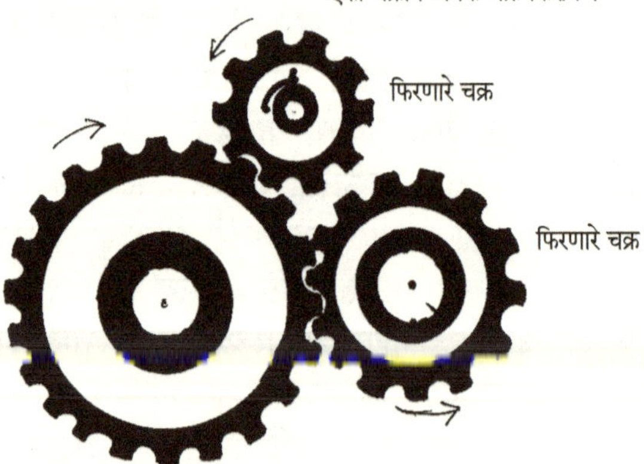

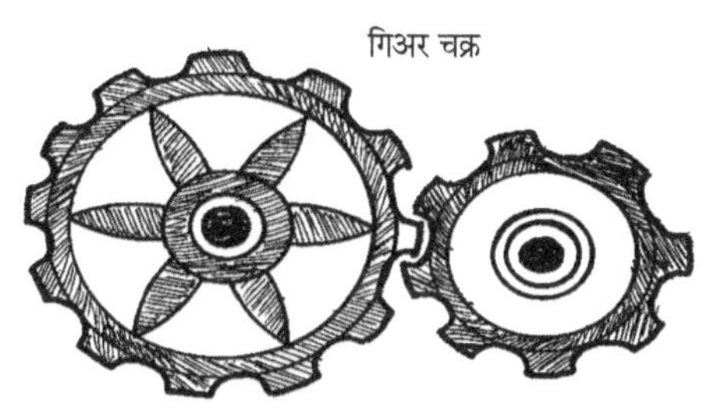

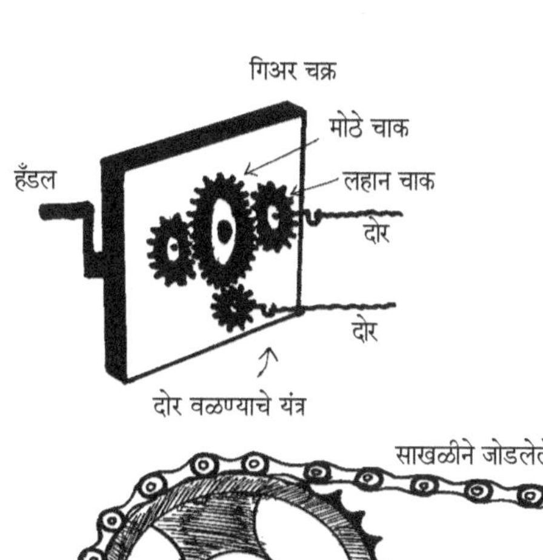

कप्पीप्रमाणे खाच नसते, तर परिघावर सारख्या अंतरावर सारख्या आकाराचे दाते असतात. म्हणून यांना दंतचक्र असेही म्हणतात. गिअर-चक्र एकटे असून भागत नाही. त्याच्या जोडीला तसेच दुसरे चाक असावे लागते. दोन किंवा अनेक चाके त्यांचे दाते एकमेकांत फसवून गिअर-चक्र तयार होते. अनेक मोठ्या व गुंतागुंतीच्या यंत्रात या चक्रांचा उपयोग केलेला असतो.

गिअर-चक्राचा उपयोग यंत्राची गती कमी किंवा जास्त करण्यासाठी,

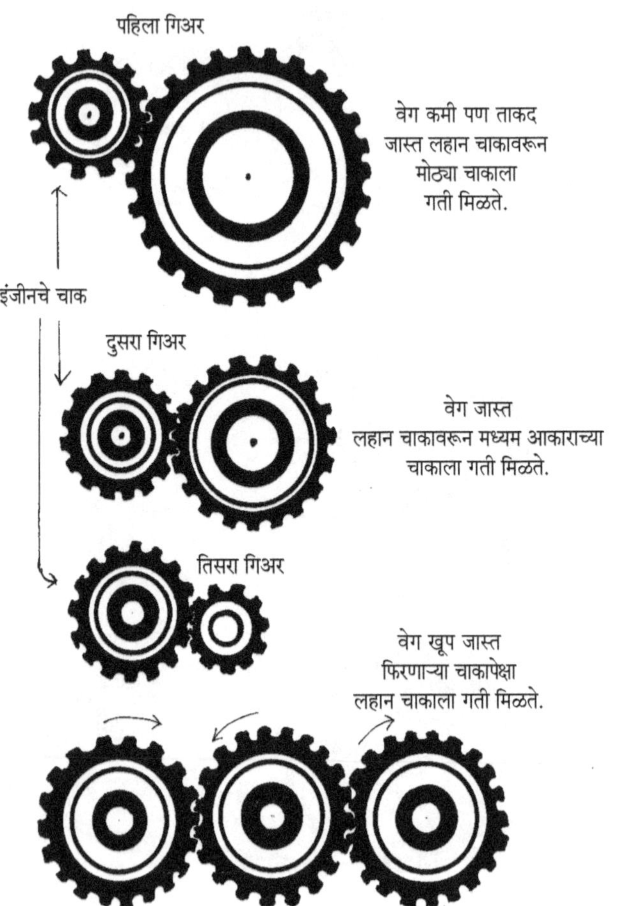

तीन गिअरचक्रे जोडली तर तिसरे चाक पहिल्या चाकाच्या प्रमाणे फिरू लागते.

गतीची दिशा बदलण्यासाठी, गती पुरवून अनेक भाग एकत्र फिरते ठेवण्यासाठी होतो. यंत्राच्या रचनेप्रमाणे ही चक्रे लाकूड, प्लॅस्टिक किंवा पोलादाची बनविलेली असतात.

गिअर-चक्राचे दाते एकमेकांत गुंतलेले असल्याने फिरण्याची व सरकण्याची अशा दोन्ही क्रिया एकाच वेळी घडतात. गिअर-चक्रात दोन चाके सारख्या व्यासाची असली आणि त्यांच्या परिघावर असणाऱ्या

दात्यांची संख्या समान असली तर दोन्ही चाकांचा फिरण्याचा वेग सारखा राहील. पण त्यांची फिरण्याची दिशा मात्र परस्परांच्या उलट राहील.

गिअर चक्रात एका चाकाला जेवढे दाते असतील त्यापेक्षा संख्येने निम्मे दाते जर दुसऱ्या चाकाला असतील तर त्याचा व्याससुद्धा लहान असेल. त्यामुळे पहिले मोठे चाक ज्या वेगाने फिरेल त्यापेक्षा लहान चाक दुप्पट वेगाने फिरेल. मोठ्या चाकाचा एक वेढा होईल त्यावेळी लहान चाकाचे दोन वेढे फिरून होतील. हेच तत्त्व सायकलमध्ये वापरलेले असते. पायडल मारण्याचे चाक व्यासाने मोठे असते व मागील चाकाचे दातेरी चाक व्यासाने कमी असते. पायडलच्या चाकाच्या एका फेऱ्यात लहान चाकाचे अनेक फेरे होतात. त्यामुळे सायकल वेगाने पळू लागते.

गिअर चक्राचे फिरणारे चाक लहान व्यासाचे असेल आणि त्याचा फिरण्याचा वेग खूप जास्त असेल तर त्याची गती मोठ्या चाकाला देऊन मोठे चाक कमी वेगाने फिरू लागते. मोठ्या चाकाचा फिरण्याचा वेग कमी असला तरी त्याच्या अक्षाजवळील ताकद वाढलेली असते. याच तत्त्वाचा उपयोग पिठाच्या गिरणीत, उसाचा रस काढणाऱ्या चरकात केलेला असतो. नुसत्या मोटारीच्या चाकाची गती जर उस दाबणाऱ्या रुळांना दिली असती तर रूळ फिरलेच नसते. ते फिरले पाहिजेत म्हणून गिअरची रचना केलेली असते.

धावणाऱ्या वाहनाच्या इंजिनमध्ये गिअर असतात असे आपण नेहमी ऐकतो. गाडी सुरू झाल्यावर पहिला गिअर टाकतात. इंजिनची गती खूप असते. पहिल्या गिअरमध्ये ही गती मोठ्या चाकाला देऊन वेग कमी होतो, पण ताकद वाढल्यामुळे मोठे वजन असलेली गाडी किंवा मोटारसायकल रस्त्यावर हळूहळू धावू लागते. यावेळी रस्त्यातील खाचखळगे किंवा चढण सहज चढून जाते. गाडीचा वेग थोडा वाढला की, दुसरा गिअर टाकतात. गाडी आणखी जोराने पळू लागते. तिसरा गिअर टाकला की, गाडी सुसाट वेगाने धावू लागते. हेच तत्त्व प्रत्येक वाहनात वापरलेले असते. गिअर चक्र नसते तर खूप गोष्टी करता आल्या नसत्या. म्हणून प्रत्येक यंत्रात कोठेना कोठे गिअर चक्राचा उपयोग केलेला असतो.

◆

उतरण

एखाद्या सपाट पृष्ठभागाची एक बाजू वर उचलली व तिच्या समोरची बाजू जमिनीला तशीच टेकून ठेवली तर त्या पृष्ठभागाला जो उतार तयार होतो, त्याला उतरण असे म्हणतात. उतरण हे सुद्धा साधे यंत्र आहे.

एखादी छोटी मोटारगाडी किंवा मोटारसायकल उचलून ट्रकमध्ये ठेवायची असेल तर चार-पाच माणसांनासुद्धा ती गोष्ट अशक्य वाटेल. पण एखादी जाड लाकडी पाटी ट्रकच्या मागच्या भागाला तिरपी टेकून ठेवून तिची उतरण तयार केली आणि तिच्यावरून मोटारगाडी ढकलत वर चढविली तर ती सहज वर जाते. उतरणीचा हा यांत्रिक फायदा आहे.

प्राचीन काळात इजिप्तमध्ये मोठे आणि उंच असणारे दगडी पिरॅमिड बांधले गेले. पिरॅमिडच्या बांधकामात वापरले गेलेले दगड आकाराने खूप प्रचंड होते. त्यावेळी आजच्याप्रमाणे यंत्रे नव्हती. क्रेन मशीन नव्हते. मोठे दगड वर नेण्यासाठी तेथील लोकांनी उतरणीचा उपयोग केला. उतरणीचा आकार काटकोन त्रिकोणाप्रमाणे असतो. या त्रिकोणाची खालची बाजू म्हणजे जमीन, त्रिकोणाची उभी बाजू म्हणजे ज्या ठिकाणी वस्तू न्यायची ते उंच टोक आणि तिरपी बाजू म्हणजे उतरण.

उतरणीचा जमिनीशी होणारा कोन जेवढा लहान असेल तितकी उतरणीची लांबी वाढते. त्यामुळे तिच्यावरून वर नेणाऱ्या वजनाला लोटण्यास शक्ती कमी लागते. उतरणीच्या साहाय्याने तेलाने भरलेला बॅरल एकटा माणूस सहज लोटत नेऊन ट्रकमध्ये टाकू शकतो.

मोटारी दुरुस्त करणाऱ्या सर्व्हिस स्टेशनमध्ये गाडीची खालून दुरुस्ती करायची असल्यास तिला उंचावर ठेवून काम करावे लागते.

अशा वेळी उतरणीवरून वर ओढत नेऊन गाडी उंचावर ठेवतात. उंचावर गाडी नेण्यासाठी तिला दोर बांधून संयुक्त कप्प्यांच्या साहाय्याने तिला वर ओढतात. कप्पी आणि उतरण यांचा यांत्रिक फायदा घेऊन हे काम एकटा माणूस करतो.

अपंग व्यक्तीला फिरण्यासाठी चाकाची खुर्ची असते. त्या खुर्चीवर बसून घराबाहेर पडण्यासाठी त्यांना दारासमोरच्या पायऱ्यांचा उपयोग होणार नाही. म्हणून पायऱ्यांच्या बाजूला उतरण बांधून घेतात. शाळेतसुद्धा चाकाची खुर्ची नेण्यासाठी उतरण बांधलेली असते. त्यावरून अपंग विद्यार्थी त्यांची चाकाची खुर्ची नेऊ शकतात.

एखाद्या उंच टेकडीचे जमिनीवरून मोजलेले अंतर कमी असते.

पण तिची उंची जास्त असते. टेकडीच्या वरच्या टोकावर जाण्यासाठी टेकडीच्या भोवती उतरणीचे रस्ते तयार केलेले असतात. या रस्त्याला थोडा थोडा चढ देत वर नेलेले असते. त्यामुळे रस्त्याची लांबी वाढते, पण चढताना त्रास होत नाही व आपण टेकडीच्या वरच्या टोकावर जाऊन पोहोचतो. अशा रस्त्यांना घाट वळणाचे रस्ते म्हणतात. या

साधी यंत्रे । २७

रस्त्याने वाहनेसुद्धा जाऊ शकतात.

उतरण म्हणून लाकडी पाटी वापरली असेल तर ती मोडू नये यासाठी आधार म्हणून रेतीने भरलेली पोती ठेवतात. या पाटीवरून खूप मोठे खोके वर चढवायचे असेल तर खोक्याचा तळाचा सपाट

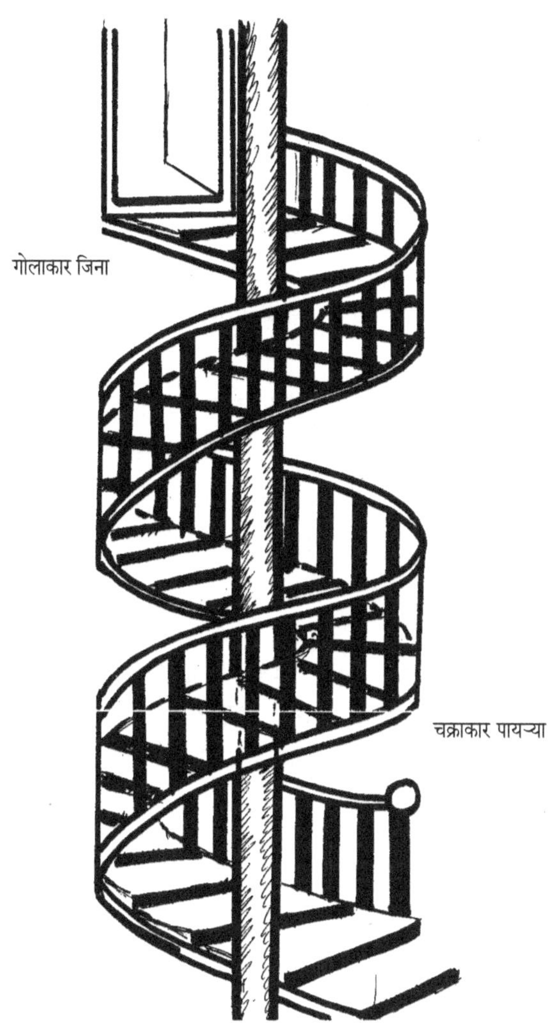

भाग व उतरण यांचे खूप घर्षण होईल. त्यामुळे खोके वर सरकणार नाही. अशा वेळी खोक्याच्या खाली उतरणीवर गोल लोखंडी पाईप अंथरतात व त्याच्यावरून खोके वर लोटतात. त्यामुळे पाईप गोल गोल फिरतात व खोके सहज लोटले जाते.

किल्ले आणि जुनी देवालये उंच डोंगरावर असतात. तेथे चढून जाण्यासाठी घाट वळणाच्या रस्त्याने खूप वेळ लागेल म्हणून काही

ठिकाणी उतरणीला पायऱ्या केलेल्या असतात. या पायऱ्या संख्येने चार-पाच असतात. नंतर सपाट रस्ता असतो. पुन्हा चार-पाच पायऱ्या असतात. पुन्हा सपाट भाग असतो. त्यामुळे पायऱ्या चढताना आलेला थकवा सपाट भागावर चालताना कमी होतो व आपले पाय पुढील पायऱ्या चढण्यासाठी तयार होतात.

अगदी छोट्या जागेतून वर जाण्याची व्यवस्था करावयाची असेल उतरणीचा तिरपा कोन मोठा करून त्यावर पायऱ्यांची रचना केली की, जिना तयार होतो. खालच्या मजल्यावरून वरच्या मजल्यावर जाण्यासाठी जिन्याचा वापर होतो.

कारखान्यात पाणीपुरवठा करणारी टाकी उंचावर असते. ती साफसूफ करण्यासाठी वर चढावे लागते. खूप पायऱ्या असतात. त्यांना टप्पे पाडलेले असतात. पहिला जिना चढून झाल्यावर विश्रांतीसाठी जागा असते. पुन्हा जिना असतो. अशा प्रकारे जिना चढून वर जायचे असते.

जागा अगदी लहान असेल तर चक्राकार जिना वापरतात. एका गोल मजबूत खांबाला वेढे मारून वर जाणारी उतरण तयार करतात. या उतरणीवर पायऱ्या बसवितात. चढणारी व्यक्ती पायऱ्या चढत चढत गोल खांबाला गोलाकार वेढा मारून वर चढत जाते.

◆

स्क्रू

स्क्रू म्हणजे निमुळता खिळा असून, त्याच्या उतरत्या भागावर वरून खालपर्यंत गोलाकार खाच केलेली असते. त्याला आटे म्हणतात. स्क्रू हातात धरून हळूहळू फिरविला तर आटे खाली येताना दिसतात. उलट दिशेने फिरविला तर ते वर येताना दिसतात. दोन लाकडी पाट्या

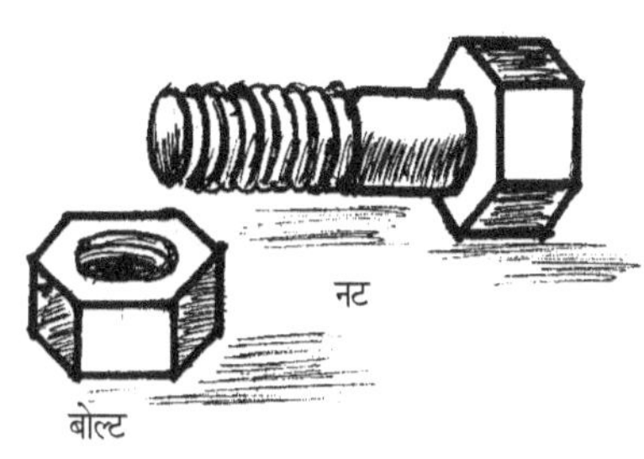

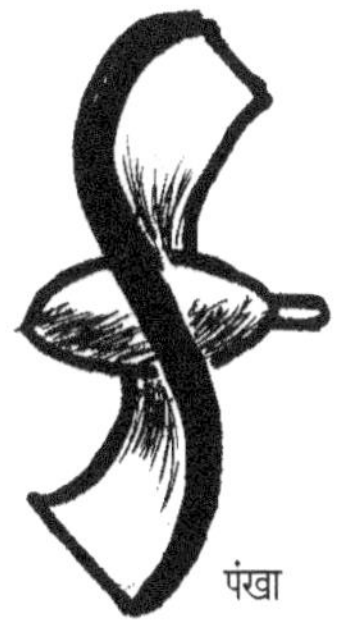

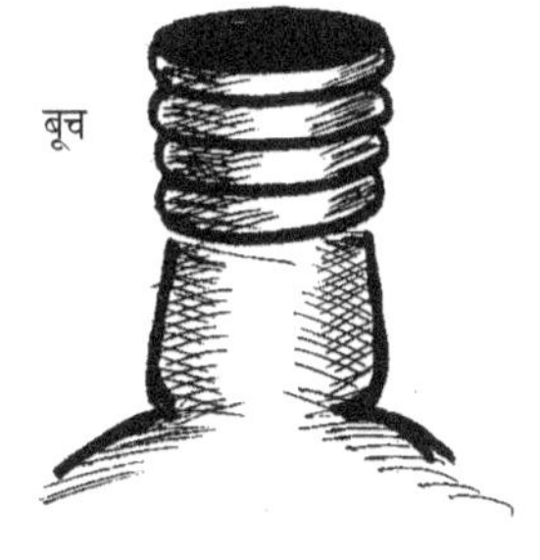

एकत्र जोडण्यासाठी स्क्रू वापरतात. स्क्रूच्या वरच्या डोक्यावर एक आडवी खाच असते. त्या खाचेत स्क्रू-ड्रायव्हर बसवून फिरविले म्हणजे स्क्रू घट्ट बसतो. उलटे फिरविले म्हणजे घट्ट बसलेला स्क्रू निघून येतो.

नटबोल्ट हासुद्धा स्क्रूचाच प्रकार आहे. स्क्रूचे एक टोक बारीक असते, पण नट मात्र सारख्या जाडीचा असतो. त्यावर आटे असतात. या आट्याभोवती बसणारा बोल्ट असतो. दोन पाट्या एकत्र जोडून

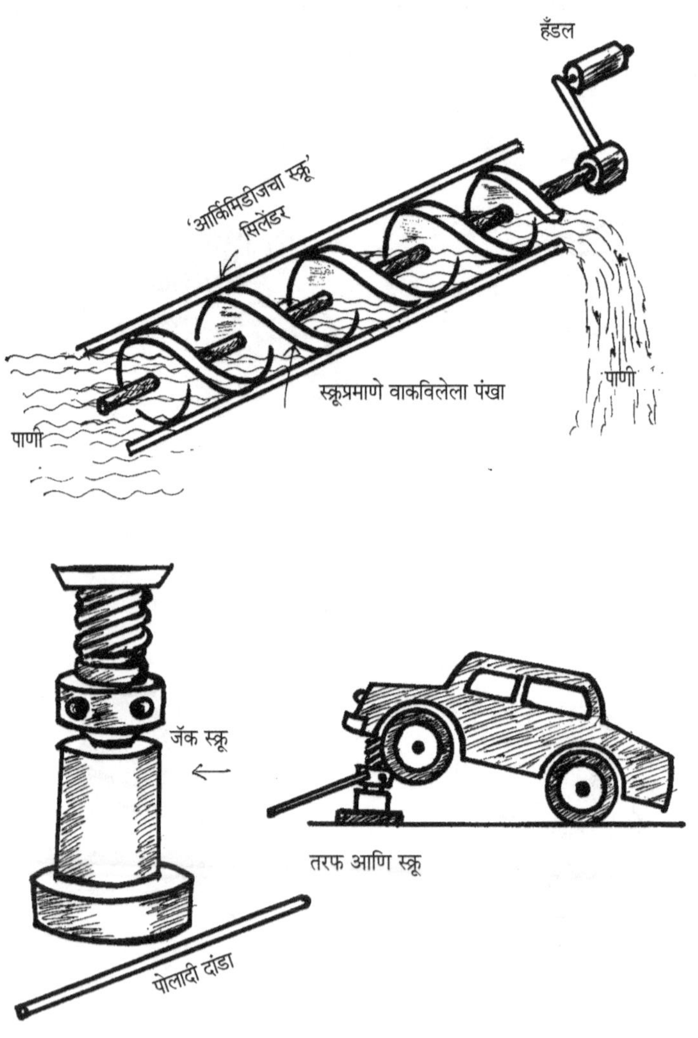

त्याला भोक पाडतात व त्यात नट बसवून दुसऱ्या बाजूने त्याला बोल्ट बसवितात. बोल्ट घट्ट बसविण्यासाठी पक्कड किंवा स्पॅनरचा उपयोग करतात.

स्क्रूचा शोध आर्किमिडीज नावाच्या शास्त्रज्ञाने लावला. समुद्राचे पाणी जहाजाच्या डेकवर घेण्यासाठी त्याने एका गोल नळकांड्यात स्क्रू प्रमाणे असणारा अनेक पात्यांचा पंखा बसविला व त्याला फिरविण्यासाठी नळकांड्याच्या बाहेर एक हँडल लावले. नळकांड्याचे खालचे टोक पाण्यात बुडवून हँडल फिरविले म्हणजे पाणी वर चढत चढत वरच्या टोकातून बाहेर पडत असे. या यंत्राचा शोध आर्किमिडीजने लावला म्हणून त्या यंत्राला 'आर्किमिडीजचा स्क्रू' हेच नाव पुढे रूढ झाले.

फिरवून बसविता येणारे झाकण बाटलीला लावलेले असते. त्याला आटे असतात. झाकण उजवीकडे फिरविले म्हणजे ते बाटलीला घट्ट बसते. डावीकडे फिरविले म्हणजे ते निघून येते. विमानाच्या पंख्याला थोडा पीळ दिलेला असतो. तो वेगाने फिरला म्हणजे हवेत घुसून समोरची हवा मागच्या बाजूला फेकतो.

पाण्यात चालणाऱ्या जहाजांना असेच पंख बसविलेले असतात. ते पाण्यात घुसून पाणी मागे लोटतात व जहाज पुढे सरकू लागते. स्क्रूचा आणखी एक प्रकार म्हणजे जड वाहने वर उचलण्याचा जॅक स्क्रू होय. एखाद्या वाहनाचे चाक दुरुस्तीसाठी काढावयाचे असेल तर शक्य होणार नाही, कारण वाहन कलंडण्याची भीती असते. शिवाय त्या चाकावर वाहनाचा भार असतो. अशा वेळी चाकाजवळच्या आडव्या लोखंडी आधाराला जॅक स्क्रू लावतात व त्याला असणाऱ्या छिद्रात लोखंडी दांडा घालून तिला फिरविले म्हणजे आतील स्क्रू हळूहळू वर येतो व गाडीला हळूहळू वर उचलतो. गाडीबरोबर गाडीचे चाक वर उचलले जाते. ते पुरेसे वर आले की, त्याचे नटबोल्ट ढिले करून गाडीपासून त्याला अलग करतात व त्याची दुरुस्ती करतात.

चाक दुरुस्त झाल्यानंतर त्याला पुन्हा पहिल्याप्रमाणे पक्के बसवितात. नंतर जॅक स्क्रू लोखंडी दांड्याने उलट्या दिशेने फिरवितात. त्यामुळे स्क्रू हळूहळू खाली येतो व गाडीचे चाक जमिनीला टेकते. स्क्रू

आणखी ढिला करून गाडी खालून स्क्रू काढून घेतात.

स्वयंपाकघरात पदार्थ बारीक करण्यासाठी हाताने फिरविण्याचे ग्राइंडर असतात. त्यामध्ये असाच स्क्रू असतो. वरच्या छिद्रातून त्यावर पडणारे पदार्थ स्क्रूच्या फिरण्यामुळे पुढे पुढे ढकलत जाऊन शेवटी दोन लोखंडी चकत्यांनी भरडले जातात. बारीक झालेले पदार्थ छिद्रातून

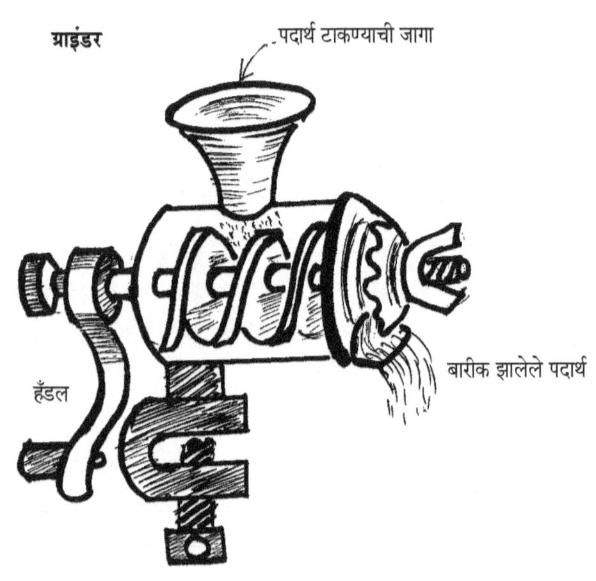

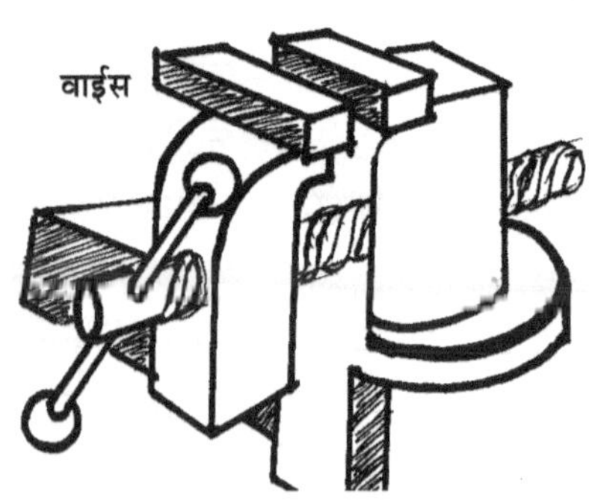

बाहेर पडतात. शेवया तयार करण्याच्या यंत्रात असाच स्क्रू वापरलेला असतो.

वर्कशॉपमध्ये लोखंडी वस्तू घट्ट पकडण्यासाठी 'वाईस' नावाचे यंत्र वापरतात. यामध्ये दोन मजबूत बाजूंना जवळ आणणारा किंवा दूर नेणारा स्क्रू असतो. हा स्क्रू फिरविण्यासाठी बाहेरच्या बाजूला हॅंडल असते.

अशाप्रकारे बऱ्याच ठिकाणी स्क्रूचा वापर करतात.

◆

पाचर

पाचर हा साध्या यंत्राचा एक प्रकार आहे. पाचर म्हणजे वरच्या बाजूला रुंद व तळाशी टोकदार, धारदार असलेला मोठा जाड खिळा होय.

एखाद्या जाड ओंडक्याला फाकवून त्याच्या लहान लहान ढलप्या करायच्या असतील तर लाकडात लोखंडी पाचरीचे धारदार टोक ठोकून बसवितात. नंतर पाचरीच्या वरच्या डोक्यावर घणाने अनेक वेळा प्रहार करतात. त्यामुळे पाचर हळूहळू लाकडात घुसत जाते व लाकडाला भेग पडते. पाचरीचा वरचा भाग रुंद असल्यामुळे लाकडाच्या भेगेची रुंदी वाढत जाते व लाकूड फाकून त्याचे दोन भाग होतात. त्यानंतर पाचर काढून घेतात. लाकडाच्या दोन तुकड्यांचे आणखी लहान भाग करायवयाचे असतील तर हीच कृती पुन्हा पुन्हा करावी लागेल.

झाडे तोडणारी माणसे प्रथम करवतीने मोठे झाड कापून त्याला खाली पाडतात. नंतर कुऱ्हाडीने त्याचे तुकडे करतात. मोठे जाड खोड असेल तर पाचर व घण यांच्या साहाय्याने त्याचे तुकडे करतात. व्यवहारात पाचरीला 'छिन्नी' असे म्हणतात. त्यावरून छिन्नी-हातोडा अशी जोडी तयार झाली. छिन्नी लहान आकारापासून मोठ्या आकारापर्यंत तयार केलेल्या असतात.

लाकूड फोडताना मोठ्या ओंडक्यात छिन्नी पूर्णपणे आत गेली, पण लाकूड फुटले नाही तर दुसरी छिन्नी त्या भेगेत ठोकतात. दुसरी छिन्नी पहिलीपेक्षा जास्त जाड असते. त्यामुळे भेग मोठी होते. त्यातून पहिली छिन्नी काढून घेतात. ती नवीन ठिकाणी ठोकतात. त्यामुळे भेग आणखी रुंद होते व ओंडका फुटतो.

लाकूड तोडण्याची कुऱ्हाड हा पाचरीचाच प्रकार आहे. कुऱ्हाडीला

हातोडीने ठोकण्याची गरज नसते आणि तिला लाकडी दांडा बसविलेला असतो. तो हातात धरून कुऱ्हाडीचा प्रहार तोडायच्या वस्तूवर करतात.

पाचर

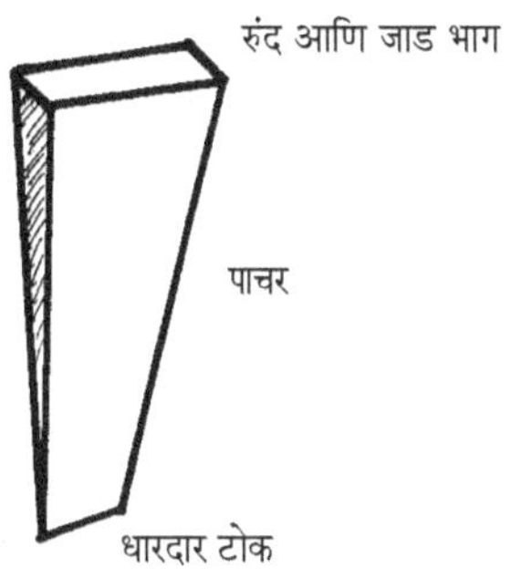

कुऱ्हाड व लाकूड

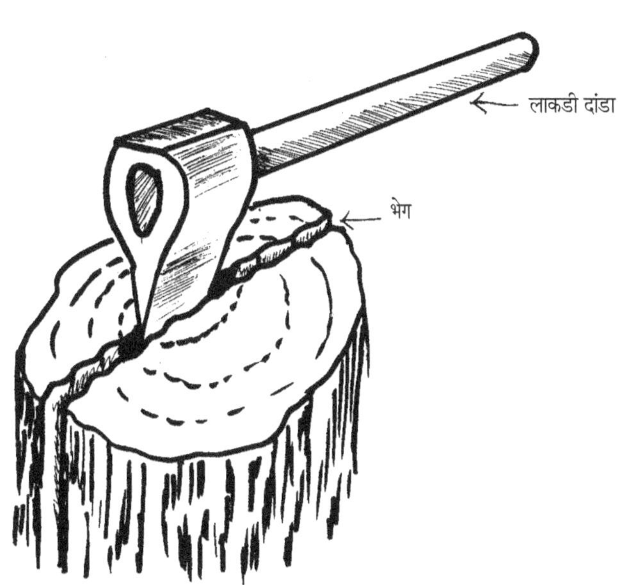

चाकू, सुरी, सुतारकामाची पटाशी हे सर्व पाचरचे प्रकार आहेत. जसा ज्याचा उपयोग करायचा तसा त्याच्या आकारात बदल करण्यात येतो. अडकित्याचे पाते, कैऱ्या कापण्याचा मोठा अडकित्ता, भाजी चिरण्याची विळी, कडबा कटर, छापखान्यातील कागद कापण्याच्या कटिंग मशीनचे पाते हे सर्व पाचरीचेच प्रकार आहेत.

पाचरीच्या अनेक रूपांत अनेक ठिकाणी उपयोग

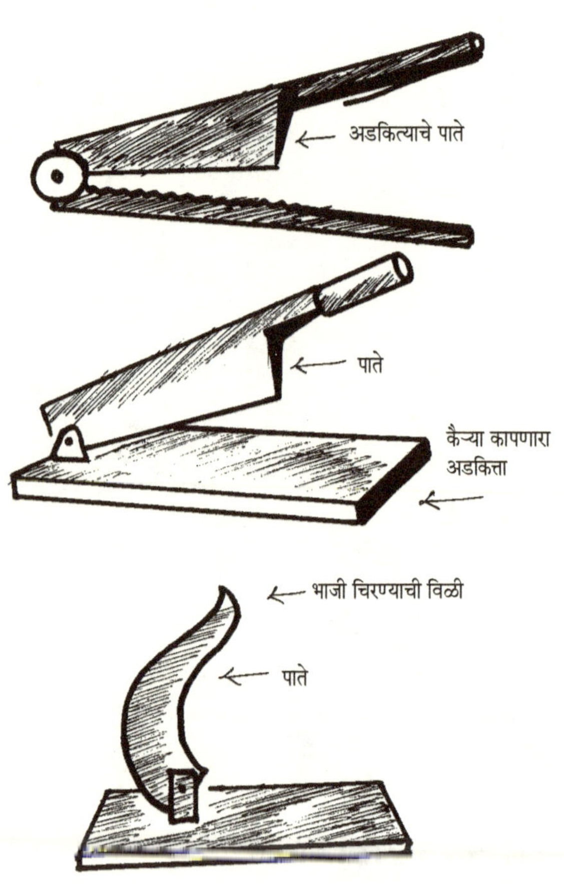

पाणी तापवण्याचा बंब

ज्या ठिकाणी लाकडे भरपूर प्रमाणात उपलब्ध होतात, तिथे अंधोळीचे पाणी तापविण्यासाठी हे उत्तम साधन आहे. खेडेगावात वापरण्यासाठी हे चांगले साधन आहे. ह्यात एकदा पाणी भरले व बंब पेटविला की, पहावयाचे काम नाही. लाकडे जळून संपेपर्यंत हा बंब विझत नाही. गरम पाणी घ्यावयाचे, थंड पाणी भरावयाचे, लाकडे टाकायची एवढेच काम करायचे.

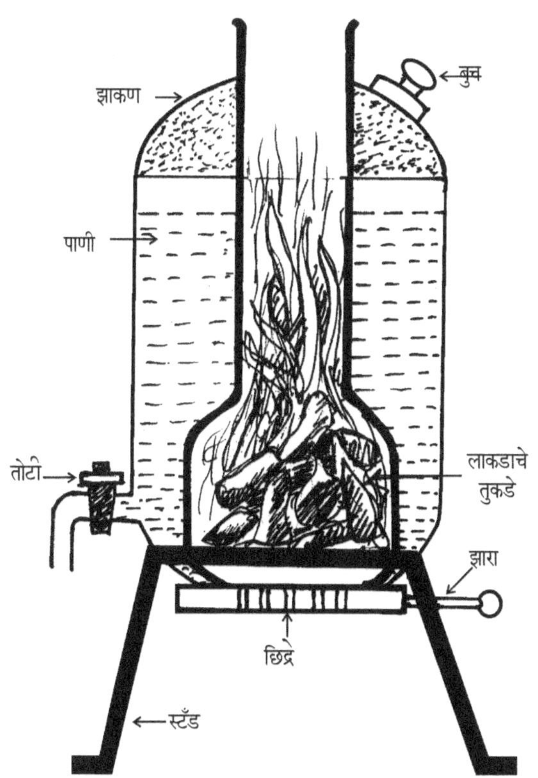

या बंबात उष्णतेने पाणी तापवायचे असल्यामुळे हा बंब तांब्याच्या पत्र्यापासून बनविलेला असतो. कारण तांबे हे उष्णतेचे वहन लवकर करते. बंबाचा बाहेरील भाग तांब्याचा असतो. त्याला उचलण्यासाठी दोन मजबूत मुठा असतात. वरच्या बाजूला झाकण असते त्याला वर उचलण्यासाठी दोन मुठा असतात. झाकणाला मध्यभागी गोलाकार मोठे छिद्र असते व एका बाजूला लहान छिद्र बंबात पाणी भरण्यासाठी असते. त्याला छोटे झाकण असते. बंबाच्या आत वरून खालपर्यंत तांब्याची पोकळ नळी वेल्डिंग करून चिकटवलेली असते. तिचे वरचे टोक बंबाच्या झाकणाच्या छिद्रातून वर आलेले असते. ह्या नळीचा खालचा भाग जास्त फुगलेला असतो. कारण त्यात जास्त लाकडे मावली पाहिजे. नळीच्या खालच्या उघड्या तोंडावर मोठा छिद्र असलेला झारा बसविलेला असतो. त्याच्या छिद्रातून राख खाली पडते व ह्याच छिद्रातून जळणाऱ्या लाकडांना ऑक्सिजन पुरविला जातो बंबाच्या बाहेरून खालच्या बाजूला गरम पाणी घेण्यासाठी चालूबंद करता येणारी तोटी असते. हा बंब ठेवण्यासाठी तीन पायाचा एक स्टँड असतो.

प्रथम तोटी बंद करून बंबात थंड पाणी भरावे. झाकण बंद करावे. बंबाच्या नळीत बारीक काड्या व लहान लाकडाचे तुकडे टाकावे. रॉकेलमध्ये भिजविलेला चिंध्याचा बोळा पेटवून नळीत टाकावा. थोड्याच वेळात लाकडे पेटतात. धूर व ज्वाळा वर येतात नंतर बंब पेटल्यावर धूर येणे बंद होते. ज्वाला कायम राहतात व बंबातील पाणी तापू लागते. लाकडाचे तुकडे विझण्याच्या अगोदर दुसरी लाकडे टाकली तर लाकूड जळणे अखंड सुरू राहते. झारा थोडा हलविला की, छिद्रातून राख खाली पडते व छिद्रे मोकळी झाल्यामुळे ऑक्सिजनचा पुरवठा चांगला होतो व लाकडे चांगली पेटतात.

हा बंब काम झाल्यावर विझविण्यासाठी बंबाच्या नळीच्या वरच्या तोंडावर जड ताटली ठेवली की, ऑक्सिजन न मिळल्याने लाकडे आपोआप विझतात. त्यावर पाणी शिंपडण्याची गरज पडत नाही.

◆

वातीचा स्टोव्ह

दिव्याच्या ज्योतीला योग्य प्रकारे ऑक्सिजनचा पुरवठा केला, तर त्याची ज्योत प्रखर निळी होऊन जास्त उष्णता देऊ लागते. हेच तत्त्व वातीच्या स्टोव्हमध्ये वापरलेले असते. या स्टोव्हमध्ये रॉकेल ठेवण्यासाठी लोखंडी पत्र्याची किंवा स्टीलची टाकी असते. रॉकेल भरण्यासाठी एका बाजूला तोटी असून तिला झाकण असते. स्टोव्ह उभा राहण्यासाठी टाकीला तीन बाजूला तीन पाय असतात. हेच पाय वर जाऊन त्यांच्या वरच्या टोकावर एक तबकडी बसविलेली

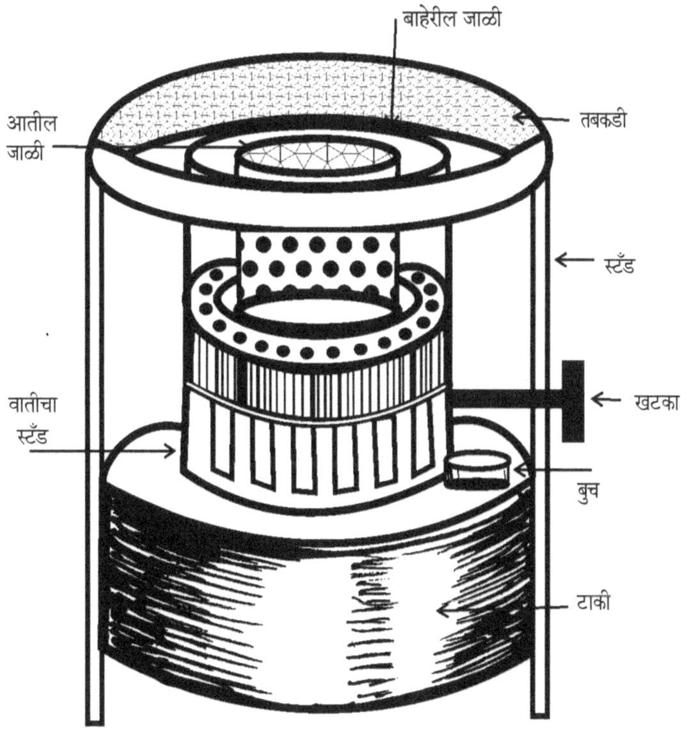

असते. शिजविण्याचे भांडे ह्या तबकडी ठेवलेले असते.

ह्या स्टोव्हला जाड अशा १० वाती असतात. वाती बसविण्यासाठी पत्र्याच्या नळ्या असतात. ह्या नळ्या टाकीवर वर्तुळावर बसविलेल्या असतात. त्यामध्ये वाती वरखाली करण्यासाठी यंत्रणा बसविलेली असते. बाजूला असलेला खटका वरखाली करून वाती वरखाली करता येतात. वातीचा खालचा भाग रॉकेलमध्ये बुडालेला असतो. त्यामुळे वाती नेहमी रॉकेलने ओल्या असतात. वर्तुळाकार बसविलेल्या वातीच्या आत छिद्र असलेला जाळीचा डबा ठेवलेला असतो. वातीला आतील बाजूने ऑक्सिजन पुरविण्यासाठी त्याचा उपयोग होतो. असाच एक जाळीचा गोल डबा वातीच्या बाहेरून असतो. त्यामुळे वातींना बाहेरून ऑक्सिजन पुरविला जातो.

स्टोव्ह पेटविताना प्रथम बाहेरची जाळी काढून घ्यावी व खटका दाबून वाती वर कराव्या व आगपेटीच्या काडीने सर्व वाती पेटवाव्या. त्यानंतर बाहेरची जाळी लावावी. स्टँडवरील तबकडी वर ठेवावी. थोड्याच वेळात वातीची पिवळी ज्योत निळ्या रंगाची होते व भरपूर उष्णता देऊ लागते. जो पदार्थ शिजवायचा त्याचे भांडे तबकडीवर ठेवले की, आपले काम संपले.

ह्या स्टोव्हला पंप मारण्याची गरज नसते. काम झाल्यावर खटका खाली दाबला म्हणजे, सर्व वाती नळ्यात जातात व आपोआप विझतात. ह्याचा वेग वाढविता येत नाही. एकाच ठराविक मर्यादेपर्यंत स्थिर उष्णता देणारा हा स्टोव्ह वापरण्यास सुलभ असून ह्यापासून अपघात होण्याची शक्यता फार कमी आहे. त्यामुळे हा स्टोव्ह निर्धोक असून सुरक्षित आहे.

◆

पंपाचा स्टोव्ह

गॅसच्या शेगड्या येणाच्या अगोदर प्रत्येक घरी रॉकेलवर चालणारा स्टोव्ह असायचा. चूल पेटवून त्यावर चहा करायचा म्हणजे बराच वेळ लागायचा. अशा वेळी स्टोव्ह पेटवून त्यावर झटपट चहा तयार होत असे. प्रवासात सोबत नेण्यासाठी तो सोईस्कर होता. त्या स्टोव्हबद्दल माहिती करून घेऊ.

स्टोव्हमध्ये खालच्या बाजूला रॉकेल ठेवण्याची टाकी असते. ह्या टाकीत रॉकेल भरण्यासाठी टाकीला एका बाजूला तोंड असते, त्याला घट्ट बसणारे बुच असते. ह्याच्या तोंडाला एका बाजूने किल्ली असते. ही

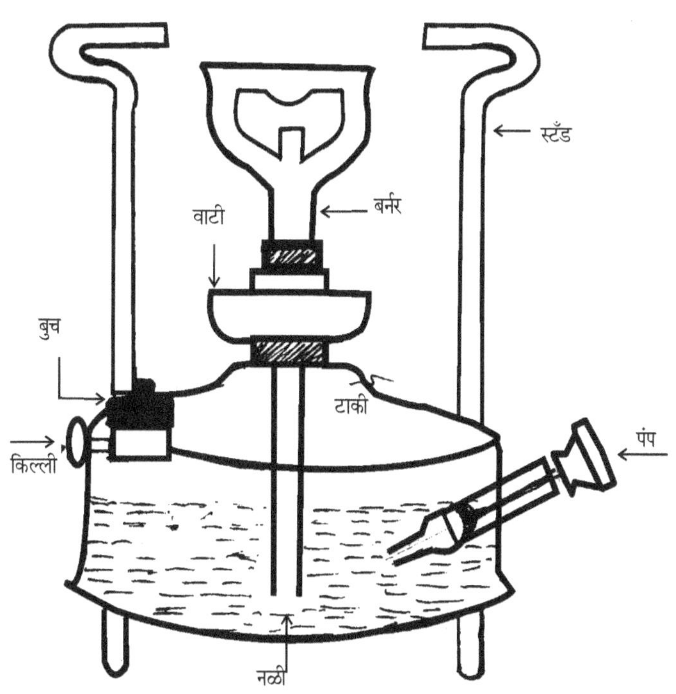

किल्ली सैल केली की, टाकीतील हवा बाहेर जाते व किल्ली पक्की केली की, बाहेर हवा जाणे बंद होते. टाकीच्या दुसऱ्या बाजूला एक पंप जोडलेला असतो. त्याचा दांडा मागे-पुढे करून टाकीत हवा भरता येते. याच्या आतील तोंडाला एक झडप असते. तिच्यामुळे टाकीतील भरलेली हवा किंवा रॉकेल पंपात येऊ शकत नाही. कारण पंपाचे टोक रॉकेलमध्ये बुडलेले असते.

ह्याच टाकीच्या वरच्या बाजूला मध्यभागी बर्नर बसविलेला असतो. बर्नरच्या खालच्या बाजूला एक गोल वाटी असते. त्याच्या खाली एक पोकळ नळी असते. ती रॉकेलमध्ये तळापर्यंत गेलेली असते. टाकीला तीन पाय असतात. त्यांच्या वरच्या टोकावर एक तबकडी ठेवून त्यावर गरम करण्याचे भांडे ठेवता येते.

स्टोव्ह पेटविण्याच्या अगोदर रॉकेलमध्ये भिजविलेला काकडा वाटीत ठेवावा. त्यामुळे बर्नर गरम होतो. बर्नर गरम झाला की, तोटीला लावलेली किल्ली बंद करावी व पंप मारणे सुरू करावे. त्यामुळे टाकीतील हवेचा दाब वाढतो. या दाबामुळे उभ्या नळीत रॉकेल ढकलले जाते. तेथून ते तापलेल्या बर्नरमध्ये पोहोचते. तेथे रॉकेलची वाफ होते व बारीक छिद्रातून बाहेर पडून पेटते. अशाप्रकारे बर्नर तापत जातो व रॉकेलची वाफ होत राहते. त्यामुळे तयार होणाऱ्या ज्योतीवर भांडे ठेवून स्वयंपाक करता येतो. स्टोव्हची ज्योत कमी करायची असेल, तर किल्ली सैल करावी व पुन्हा घट्ट करावी.

स्टोव्ह बंद करताना किल्ली सैल केल्यानंतर ती सैलच राहू द्यावी. टाकीत ३/४ भागच रॉकेल भरावे. काही जागा हवेसाठी रिकामी ठेवी. जास्त रॉकेल भरले तर ते किल्लीच्या छिद्रातून बाहेर पडते.

◆

थर्मास

प्रवासाला जाताना थर्मास फ्लास्कची अतिशय गरज असते. आजारी माणसाला रात्री-अपरात्री केव्हाही चटकन गरम पाणी, पेय अथवा बर्फ हवे असल्यास थर्मास फ्लास्क फार उपयोगी आहे. थर्मास फ्लास्कमध्ये गरम पदार्थ ठेवले, तर बरेच तास गरम राहतात. थंड पदार्थ ठेवले तर ते थंडच राहतात. ते तसे राहण्याचे कारण ही तसेच आहे.

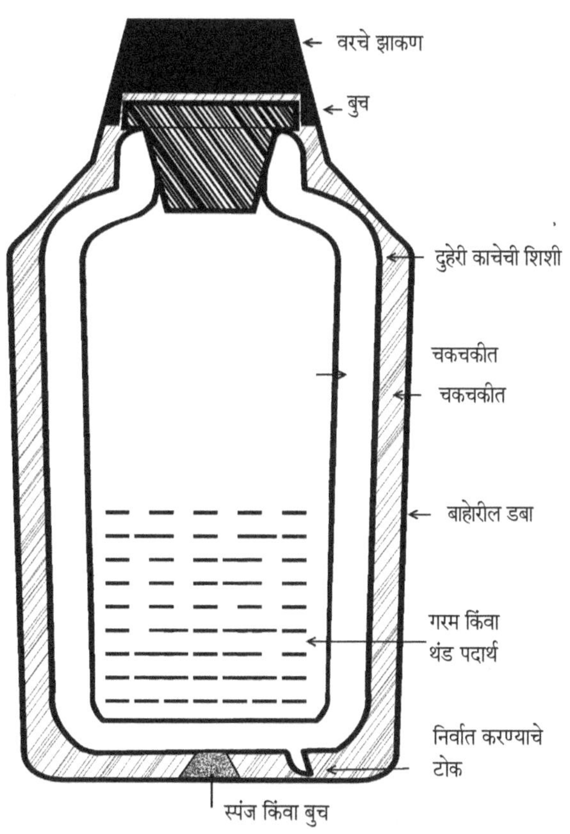

'थर्मास' म्हणजे दोन भिंती असलेले काचेचे भांडे किंवा शिशी असते. ही बाटली एका स्प्रिंगवर किंवा स्पंजवर अधांतरित ठेवलेली असते. एका धातूच्या मोठ्या भांड्यात बसविलेली असते. काचेच्या शिशीच्या ज्या दोन भिंती असतात, त्यामधील हवा पंपाच्या साहाय्याने संपूर्णपणे काढून टाकलेली असते. दोन भिंतीमधील हवा काढून घेतल्यावर शिशीला जे लहानसे छिद्र राहते, ते उष्णतेच्या साहाय्याने बुजवून सीलबंद करून टाकले जाते. बाटलीच्या दोन भिंतीपैकी आतल्या भिंतीचा बाह्यभाग व बाहेरच्या भिंतीचा आतील भाग रुपेरी मुलामा चढवून चकचकीत केलेला असतो.

त्यामुळे बाटलीत ठेवलेल्या द्रवाची जी उष्णता बाहेर पडते, ती परावर्तित होऊन परत द्रवात शिरते. बाटलीच्या बाहेरून येणारी उष्णता परावर्तित करून बाहेरच पाठविली जाते. शिवाय बाटलीच्या दोन भिंतीमधील हवा काढून घेतलेली असल्याने त्या निर्वात जागेतून उष्णता प्रवास करून शकत नाही. शिवाय बाटलीच्या तोंडाला घट्ट बसणारे बूच असल्याने त्यातून उष्णता बाहेर पडू शकत नाही.

थर्मास फ्लास्क आपल्या जरुरीप्रमाणे लहान-मोठ्या पाहिजे, त्या आकाराचे विकत मिळतात. अशाप्रकारे थर्मासमध्ये ठेवलेला पदार्थ आपल्या मुळच्या तापमानाला दीर्घकाळापर्यंत तसाच तग धरून राहू शकतो. एखादा द्रव पदार्थ थर्मास बाटलीत ठेवल्यावर ५-६ तास त्याच्या मुळच्या तापमानाला धरून ठेवतो.

◆

फ्लोरोसंट ट्युब लाइट

आजकाल ठिकठिकाणी घरांमध्ये व कारखान्यांमध्ये आपल्याला फ्लोरोसंट ट्युबचा उपयोग केलेला आढळून येतो. हिच्या योगाने कमी वीज खर्च होऊन जास्त प्रकाश मिळतो.

फ्लोरोसंट नळीच्या दोन बाजूस धातूची दोन टोपणे असतात. यामध्ये प्रत्येक बाजूस दोन पिना असतात. या पिनांचा उपयोग नळीच्या होल्डरचे कनेक्शन करण्यासाठी होतो. नळीच्या प्रत्येक बाजूस एक-एक फिलॅमेंट असते. नळीच्या आतील बाजूस फ्लोरोसंट पावडरचा लेप दिलेला असतो.

चोक : ही एक पत्र्याची लांबट चौकोनी डबी असते. हिच्या एका टोकाकडून दोन वायर निघालेल्या असतात. चोकचा उपयोग ट्युब लाइट चालू होण्यासाठी होतो. त्याचप्रमाणे चोककडून ट्युब लाइटकडे जाणारा प्रवाह मर्यादित केला जातो. चोक जर जळाला तर ट्युब लाइटही जळते.

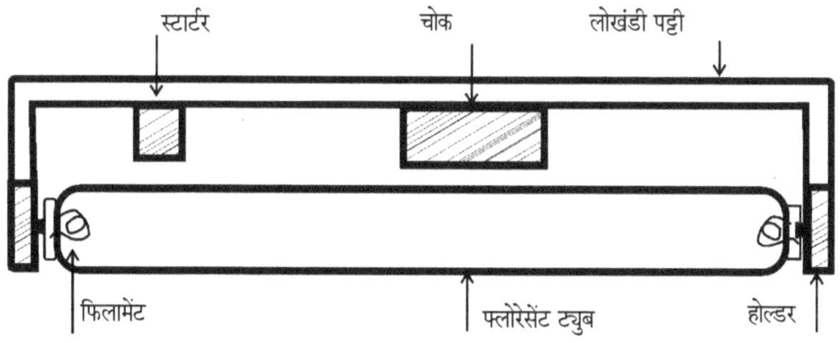

स्टार्टर : ट्युब चालू करण्याकरीता स्टार्टरची मदत होते. ॲल्युमिनियमपासून बनविलेली ही एक छोटीसी डबी असते. एकदा

ट्युब चालू झाल्यावर स्टार्टरची सर्किटमध्ये जरूरी नसते.

होल्डर : नळी दोन्ही बाजूस व्यवस्थितपणे बसविण्यासाठी दोन होल्डरची आवश्यकता असते. दिव्याच्या होल्डरपेक्षा हे होल्डर वेगळे असतात.

लोखंडी पट्टी : चोक आणि दोन होल्डर हे एका लोखंडी पत्र्याच्या पट्टीवर नटबोल्टच्या साहाय्याने बसविलेले असतात.

ट्युब फुटली तर तिच्या काचेपासून फार जपून राहावे लागते. कारण काचेला असलेली फ्लोरोसंट पावडर विषारी असते. फुटलेल्या ट्युबच्या तुकड्यांना हात न लावता रद्दी कागद अगर कपड्याने गोळा करून जमिनीत खोल पुरावे.

◆

विजेची इस्त्री

जसजसा विजेचा सगळीकडे प्रसार होत आहे. तसतशी विजेवर चालणारी उपकरणे वाढत आहेत. आजकाल घरामध्येही विजेवर चालणाऱ्या उपकरणाचा बराच वापर होत आहे. रेडिओ, टीव्ही, इस्त्री, पंखे इत्यादी साधने आता बहुतेक घरामध्ये असतातच.

कपड्यांना इस्त्री करण्यासाठी विजेच्या इस्त्रीचा उपयोग करतात. इस्त्रीच्या वरच्या झाकणावरील दोन नट काढले की, इस्त्रीचे झाकण वर

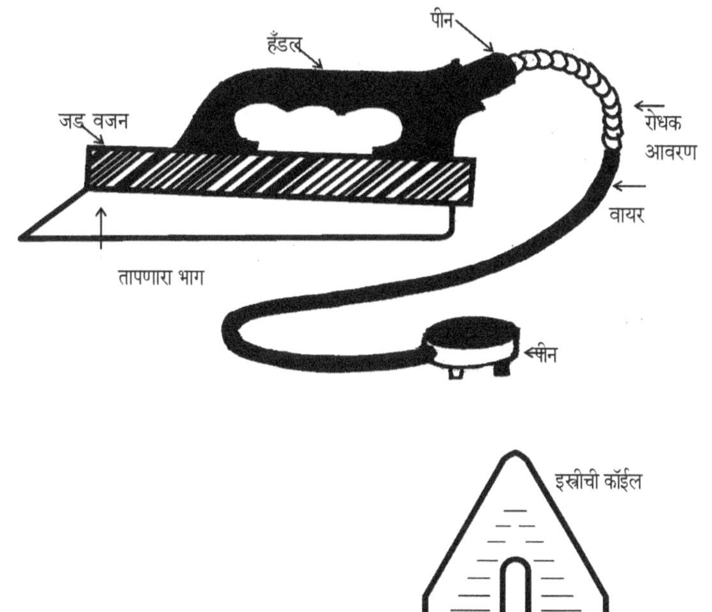

उचलता येते. झाकणाच्या मागच्या बाजूस बाहेरील बाजूने इस्त्रीला विजेचा पुरवठा करण्यासाठी दोन कनेक्शन स्टँड असतात. हे पीनप्रमाणे वर आलेले असतात. झाकणाच्या आत या स्टँडची टोके इस्त्रीमधील कॉइलला जोडलेली असतात.

इस्त्रीमधील कॉइल ही पातळ असून दोन अभ्रकाच्या पापुद्र्यामध्ये बसविलेली असते. इस्त्रीचा तळभाग आणि एक चपटे वजन या दोहोच्यामध्ये कॉइल बसविलेली असते.

अलीकडे नवीन प्रकारच्या इस्त्रीमध्ये सुती, लोकर, रेशीम, नायलॉन ह्या कपड्यांना योग्य प्रकारची उष्णता देण्याची योजना केलेली असते. एका ठराविक मर्यादेपेक्षा जास्त उष्णतामान झाले, तर विजेचा प्रवाह आपोआप बंद होण्याची व्यवस्था काही इस्त्रींमध्ये आढळते. इस्त्री साधारण ३,५,६,७ किलो अशा वेगवेगळ्या वजनांची असते.

इस्त्रीत निर्माण होणारे दोष

१) इस्त्री न तापणे : विजेचा पुरवठा बंद करून सर्व वायरिंग तपासावे. इस्त्रीचे झाकण लावते वेळी कॉइलची दोन टोके एकमेकांना किंवा बॉडीला चिकटणार नाहीत, याची काळजी घ्यावी.

२) फ्युज जाणे : याचा अर्थ असा की, इस्त्रीमध्ये शॉर्ट सर्किट आहे. इस्त्री उघडून दोन वायर एकमेकींना चिकटल्या असतील, तर त्या अलग कराव्या. या वेळी विद्युतप्रवाह बंद करावा.

३) शॉक बसणे : कॉइलचे एखादे कनेक्शन बॉडीला स्पर्श करते काय ते पहावे. सॉकेट वायर व इस्त्रीची पीन यांचीही तपासणी करावी. तपासणी करताना वीज पुरवठ्यापासून इस्त्री अलग करून तपासणी करावी.

◆

प्रेशर कुकर

कमी वेळात व कमी इंधन वापरून अन्न शिजवायचे असेल, तर प्रेशर कुकर वापरणे सोईचे होते. प्रेशर कुकर म्हणजे पसरट तोंडाचे अल्युमिनियमचे भांडे असते. त्यावर त्याला बसणारे झाकण असते. झाकण काढण्यासाठी व ठेवण्यासाठी एक लांब दांडा असतो. तो न तापणारा असतो. झाकण चांगल्या तऱ्हेने बसविल्यावर त्यातील वाफ बाहेर येऊ लागते. कुकरच्या झाकणाला एक तोटी असते. तिच्यावर एक जड अशी टोपी बसविलेली असते. जास्तीची वाफ बाहेर जाण्यासाठी

ही टोपी वर जाते व 'फुस्सऽऽ' असा आवाज करून वाफ बाहेर पडते.

कुकरमध्ये सुरुवातीला २–३ पेले भरून पाणी टाकावे. नंतर वेगवेगळ्या पदार्थांमध्ये पाणी घालून तयार केलेली भांडी एकावर एक त्या पाण्यात ठेवावी. नंतर कुकरचे झाकण घट्ट बसवावे व हा कुकर पेटता स्टोव्ह किंवा गॅस शेगडीवर ठेवावा. झाकणाच्या नळीतून पाण्याची वाफ बाहेर पडू लागली की, त्या तोटीवर जड टोपी ठेवून द्यावी. त्यामुळे आतील वाफेचा दाब वाढू लागतो. थोड्यावेळात टोपी खालून वाफ निघू लागते व टोपी वर उचलली जाऊन शिटीसारखा आवाज निघून जास्तीची वाफ बाहेर निघून जाते. अशा वेळी गॅसची ज्योत कमी करावी. ८–१० मिनिटांनी कुकर शेगडीवरून खाली उतरावावा व त्याला थंड होऊ द्यावा. कुकरची टोपी वर उचलून वाफ निघते काय, ते पाहावे. वाफ निघत नसेल, तर कुकरचे झाकण काढावे व आतील भांडी एक-एक करून बाहेर काढावी. आतील पदार्थ पूर्ण शिजलेले असतील.

अन्न शिजवून कुकर खाली उतरल्यावर लागलीच त्याचे झाकण उघडू नये. नाहीतर आतील वाफ व उष्णता हातावर अगर वाकून पाहाणाऱ्याच्या तोंडावर जोराने उडेल व इजा होईल. झाकणावरच्या नळीचे छिद्र मोकळे असले पाहिजे. त्यात काही अडकून बसल्यास त्यातून वाफ निघू शकणार नाही. त्यामुळे अपघात होऊ शकतो.

◆

मिक्सर ग्राइंडर

एकाच उपकरणात निरनिराळे पदार्थ बारीक करणे, त्यांचे एकजीव मिश्रण करणे, ही कामे होतात. त्याला 'मिक्सर ग्राइडर' असे म्हणतात. बहुतेक घरी हे उपकरण असते. याद्वारे खोबरे, कांदा, लसूण यांचा ताजा मसाला बनविणे, लस्सी बनविणे, फळांचा रस काढणे अशी सर्व कामे होतात.

या यंत्रात दोन भाग असतात. वरच्या भांड्यात बारीक करण्याचा

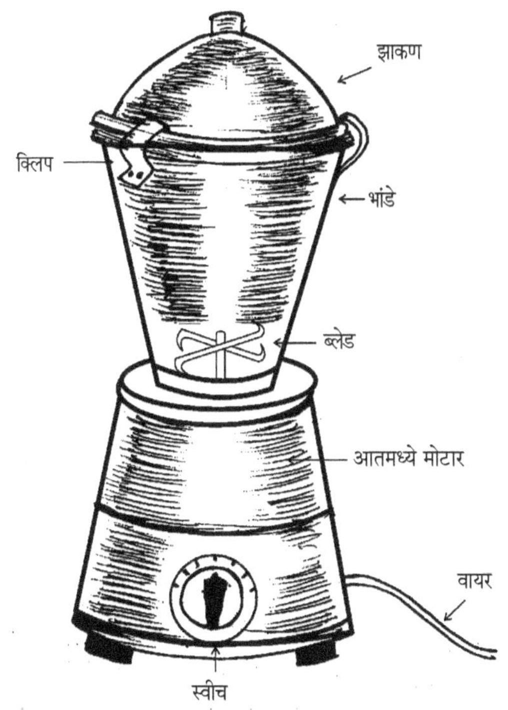

पदार्थ भरतात. ह्या भांड्यात तळाच्या भागाला ब्लेड बसविलेले असतात. ते खूप वेगाने फिरतात, त्यामुळे भांड्यातील पदार्थ बारीक होतात. भांड्यात खूप जास्त पदार्थ भरू नये. थोडेथोडे पदार्थ टाकून बारीक करावे.

मिक्सरच्या खालच्या भागात शक्तिशाली मोटर बसविलेली असते. ती विजेच्या प्रवाहाने फिरते. विद्युतप्रवाह आणण्यासाठी केबल असते व तिला तीन पिन्स असलेली पीन असते. त्यातील एक अर्थिंग असते. ह्या मोटरीचा वेग कमी जास्त करण्यासाठी समोरच्या बाजूला एक बटण असते. ते फिरवून मोटरीचा वेग कमी-जास्त करता येतो.

मिक्सर चालू केल्यानंतर ३० सेकदांत बंद करावे. पुन्हा चालू करावे. सतत चालू ठेऊ नये. वरच्या भांड्यात पदार्थ भरल्यावर मिक्सर सुरू करण्याच्या अगोदर झाकण लावणे विसरू नये. नाहीतर मिक्सर चालू केल्यावर सर्व पदार्थ बाहेर फेकले जातील. मिक्सर जास्त वेळ चालू ठेवला, तर तो गरम होतो. त्यामुळे त्याला विश्रांती देऊन पुन्हा चालू करावे.

द्रव रूपातील पदार्थ घुसळण्यासाठी तीन किंवा अधिक पाती असलेल्या फिरकीचा वापर करावा. कोरड्या पदार्थांच्या दळणासाठी दोन पाती असणारी फिरकी वापरावी. ओल्या हाताने मिक्सर हाताळू नये. बरणीत घातलेल्या पदार्थाची काढघाल उपकरण बंद करून नंतर करावी. वरच्या भांड्यावरील झाकण मिक्सर चालू असताना हळूवार हाताने दाबून धरावे.

♦

टोस्टर

खाद्य पदार्थाला साथ देण्यासाठी ताजा ब्रेड हवा असतो. काही वेळा न्याहरीसाठी नुसता कच्चा ब्रेडच खावा लागतो. पण हाच ब्रेड भाजून थोडेसे लोणी लावून खाल्ल्यास कुरकुरीत व चविष्ट लागतो.

ह्या सर्व सोईसाठी विजेवर चालणारा टोस्टर उपयोगी पडतो. या टोस्टरमध्ये ब्रेडचे तुकडे करून टाकले की, काही काळातच ब्रेड भाजून तयार होतो. ब्रेड भाजण्यासाठी त्याच्याजवळ सतत उभे राहायला नको किंवा ब्रेडच्या तुकड्याची सतत उलथापालथ करणे नको.

विद्युतप्रवाहाच्या साहाय्याने चालणाऱ्या टोस्टरमध्ये बसविलेल्या पातळ धातू तारा चांगल्या तापतात. त्यातून बाहेर पडणाऱ्या उष्णतेवर टोस्टरमध्ये घालून ठेवलेले ठराविक जाडीच्या ब्रेडचे चपटे तुकडे योग्य प्रमाणात भाजले जातात. भाजण्यासाठी घेतलेले ब्रेडचे तुकडे टोस्टरच्या

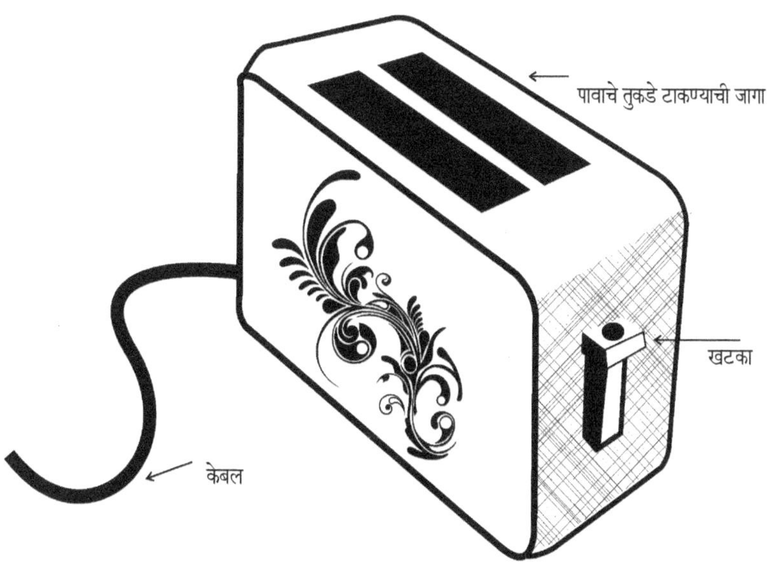

आतील भागात उभे ठेऊन टोस्टरवरील खटका खालच्या दिशेने ओढला की, पावाचे तुकडे तापणाऱ्या पातळ धातुच्या ताराच्या मध्यभागी सरकून तारा तापताच ब्रेडचे तुकडे शेकले जातात. टोस्टरचा तळाचा भाग उघडता येतो. त्यामुळे जरूर वाटल्यास जळलेल्या भागाचे ब्रेडचे तुकडे त्यातून काढता येतात.

भाजून तयार होणाऱ्या पावाचे तुकडे बाहेर काढावयाचे असल्यास टोस्टरवरील खटका वर ओढला की झाले.

टोस्टर चालू असताना त्यामधील भागातील हलवाहलव करण्याचे कटाक्षाने टाळावे. कारण तसे केल्यास आतील तापलेल्या तारा तुटण्याची शक्यता असते.

◆

गॅसची शेगडी

प्रथम चूल नंतर कोळशाची शेगडी, स्टोव्ह व आता गॅसची शेगडी अशी उष्णता देणारी अनेक साधने आहेत. अगदी अलीकडे मात्र सर्व साधनांऐवजी गॅस शेगड्या हे साधन व गॅस हे जळण वापरण्यात येऊ लागले आहे. आपण जो गॅस वापरतो, तो खरोखरी द्रव अवस्थेतील पेट्रोलियम वायू असतो. नेहमीच्या उष्णतामानाला व दाबाला हा वायुरूप असतो. पण त्यावरील दाब वाढवून त्याला द्रवरूपात आणतात. हा द्रव एका मजबूत धातूच्या सिलेंडरमध्ये भरतात. सिलेंडरवरील झडप उघडताच त्याच्यावरील दाब कमी होतो व त्याचे रूपांतर वायूमध्ये होतो. हा वायू नळीतून पुढे सरकून शेगडीतील नळीत येतो. हवेबरोबर त्याचे मिश्रण होऊन काडीने पेटविताच तो बर्नरमध्ये जळू लागतो. अशा तऱ्हेने

गॅसची शेगडी

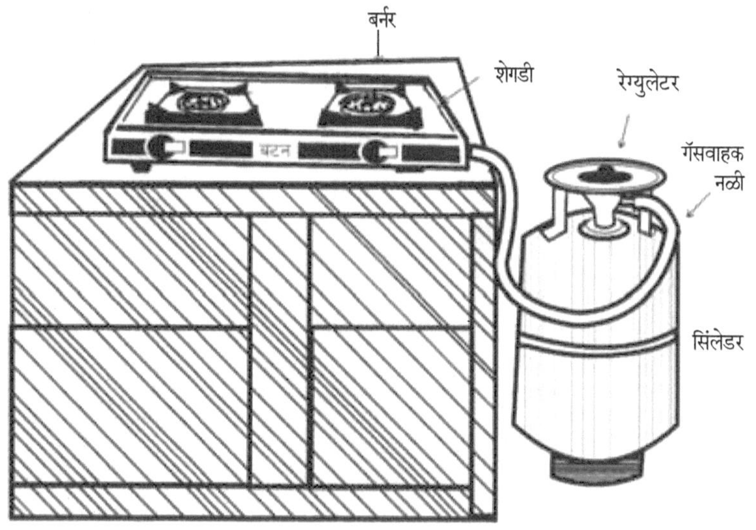

जसजसा अधिक गॅस सिलेंडरमधून बाहेर येत राहतो, तसतसे सिलेंडरचे द्रवामधील रूपांतर अधिक प्रमाणात वायूमध्ये होत राहते. गॅस शेगडीत कोठे वायू गळती होत असेल, तर गॅसच्या विशिष्ट घाणेरड्या वासामुळे त्याची सूचना ताबडतोब मिळते.

एखाद्या खोलीची दारे-खिडक्या बंद असून गॅस गळती होत असेल, तर मात्र केव्हाकेव्हा गॅस पेटून अपघात होण्याची शक्यता असते. त्यासाठी गॅस असणाऱ्या खोलीची दारेखिडक्या नेहमी उघड्या ठेवणे चांगले. इतर जळणाच्या मानाने गॅस महाग पडतो खरा, परंतु तो वापरण्यामुळे स्वयंपाकासाठी लागणाऱ्या वेळेची बचत होते. स्वयंपाक घरात स्वच्छता राहते व स्वयंपाकाची भांडी खराब होत नाहीत. गॅसच्या प्रत्येक सिलेंडरमध्ये साडे चौदा किलोग्रॅम एवढा गॅस भरलेला असतो.

गॅस वाहून नेणारी नळी वरून स्वच्छ असावी. ती खरगटी झाली, तर उंदीर तिला कुरतडतात व त्यामुळे गॅस गळती होते. झोपण्याच्या अगोदर गॅस शेगडीची बटणे व सिलेंडरवरील रेग्युलेटर बंद करावे. चुकून गॅस गळती झाली तर दारे-खिडक्या उघड्या करून गॅस बाहेर जाऊ द्यावा व गळती बंद करावी. खोलीत गॅस भरला, तर आगपेटीची काडी पेटवू नये. सिलेंडरच्या तोटीतून गॅस येत असेल, तर बुच लावून कंपनीला सुचना देऊन सिलेंडर बदलून घ्यावे. हवेमुळे शेगडीतील ज्योत विझली तर ताबडतोब शेगडीचे बटन बंद करावे.

◆

विजेची शेगडी

ज्याप्रमाणे गॅसच्या शेगडीत गॅस जाळून उष्णता निर्माण केली जाते, त्याचप्रमाणे विजेच्या शेगडीत विजेच्या प्रवाहाने एका विशिष्ट धातूचे कॉइल तापवून उष्णता मिळविली जाते.

या शेगडीत चिनीमातीची एक खोलगट तबकडी असते. ह्या तबकडीला   खाचा असतात. त्या खाचेत कॉइल बसविलेले असते.

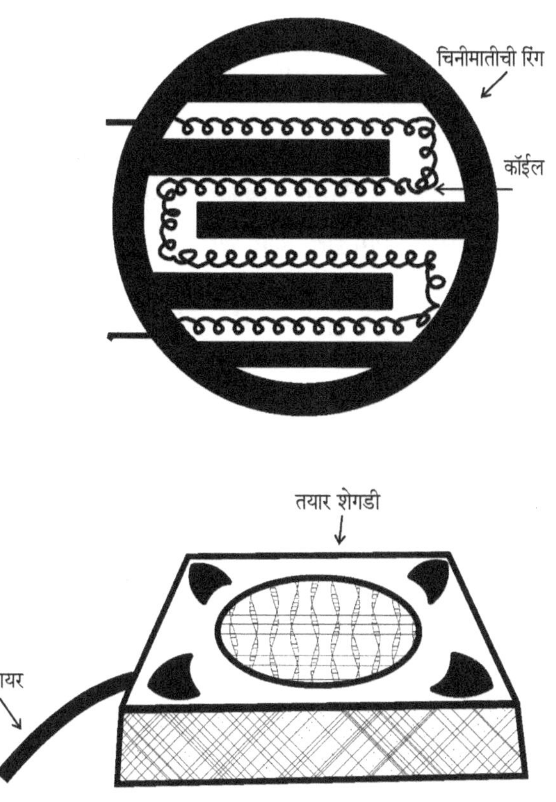

चिनीमातीची ही तबकडी एका स्टँडवर किंवा शेगडीसारख्या आकाराच्या लोखंडी धातूच्या चौकोनी डब्यात बसविलेली असते. एका बाजूला वीजपुरवठा करणाऱ्या दोन पट्ट्या असतात. त्यामध्ये इस्त्रीप्रमाणे सॉकेट बसविण्याची व्यवस्था असते.

जास्त किंमत असलेल्या शेगड्यात सिरीज पॅरलल स्वीचची व्यवस्था असते. त्याच्या योगाने आपल्याला कमी, मध्यम आणि जास्त उष्णता मिळू शकते. यामध्ये साध्या शेगड्या ४५०, ७५० व १००० वॅटपर्यंत मिळतात. महागड्या शेगड्या यापेक्षा जास्त वॅटच्या असतात.

सॉकेटमध्ये पीन टाकून बटण चालू केले, म्हणजे कॉइलमधून विजेचा प्रवाह वाहू लागतो. ही कॉइल नायक्रोम धातूची असते व ती वीज वाहण्यास प्रतिबंध करणारी (रेझिस्टंस्) असल्यामुळे ती तापून लाल होते आणि उष्णता देऊ लागते. तिला हाताचा स्पर्श होऊ नये म्हणून तिच्याभोवती चिनीमातीच्या उंच भिंती असलेली चिनीमातीची तबकडी असते. त्यामुळे शेगडीवर भांडे ठेवताना किंवा काढताना कॉइलचा स्पर्श होत नाही.

ह्या शेगडीला अगदी आवश्यक गोष्ट म्हणजे 'अर्थिंग' करणे होय. शेगडीवर भांडे न ठेवता शेगडी तशीच चालू ठेवली, तर कॉइल जळण्याची भीती असते. शेगडीत शार्ट सर्किट, ओपन सर्किट व शॉक बसणे हे दोष निर्माण होतात. जर कनेक्शन वायर एकमेकांशी शॉर्ट झाल्या असतील, तर शॉर्ट सर्किट होते. ओपन सर्किट असेल, तर शेगडी तापणार नाही. सिरीज टेस्ट लँपच्या मदतीने ओपन सर्किट तपासून पहावे. कॉइलमध्ये ओपन सर्किट असेल, तर जुनी कॉइल काढून टाकून नवीन कॉइल बसवावी कनेक्शन बॉडीशी शॉर्ट असेल तर शेकडीला हात लागल्यास शॉक बसेल. योग्य रितीने तपासणी करून योग्य ती दुरुस्ती करून घ्यावी.

पाणी तापविण्याचा गीझर

झटपट चांगले गरम पाणी मिळवायचे असल्यास अलीकडे गीझरचा वापर होतो. अंघोळीच्या खोलीतच तो बसवून टाकला की, नुसते विजेचे बटन दाबले की, काही मिनिटांत गरम पाणी मिळू शकते.

गीझरची रचना व कार्य अगदी सोपे आहे. एखाद्या बंद तोंडाच्या उभ्या भांड्यात व्यवस्थित आच्छादन असणारी धातूची तार किंवा पातळ

गीझर

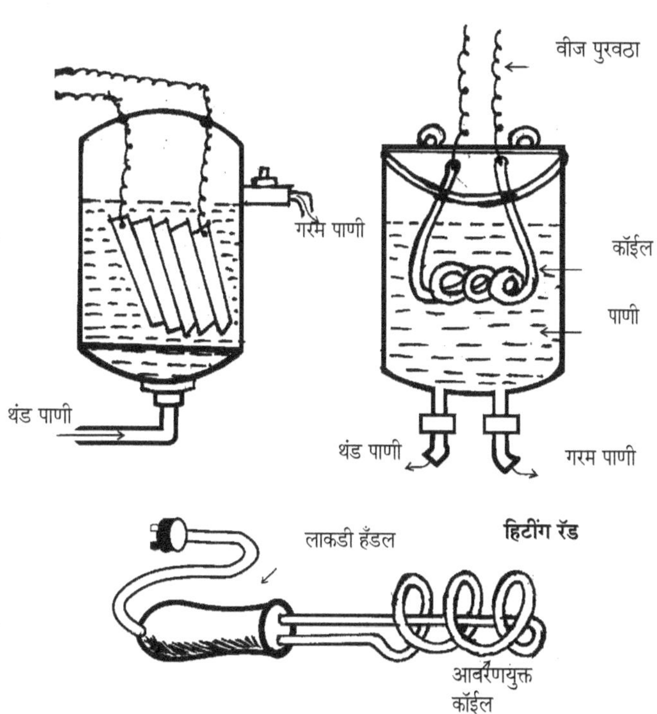

धातूपट्ट्या बसवून त्यामध्ये प्रखर वीजप्रवाह सोडला, तर ती तार किंवा धातुपट्टी चांगली तापून उष्णता शोषून घेते व तापते.

घरगुती वापरासाठी जो लहान आकाराचा गीझर उपयोगात आणतात तो लहान कुटुंबाच्या दृष्टीने पुरेसा असतो. गीझरमध्ये एका तोटीवाटे थंड पाणी भरून दुसऱ्या तोटीतून सतत काही मिनिटे ते बाहेर येत आहे असे दिसल्यावर विजेचे बटण दाबून त्याचे कार्य सुरू करावे. सुमारे दोन मिनिटांत तोटीतून गरम पाणी बाहेर पडू लागते.

गीझरचा वापर सुरू करण्यापूर्वी त्याच्या भांड्यात प्रथम थंड पाणी भरूनच विजेचे बटन दाबावे. तसे न केल्यास गीझरमधील तार अगर धातुपट्टी अवास्तव तापून जळून जाण्याचा धोका असतो. हा धोका टाळण्यासाठी गीझरमध्ये एक स्वयंचलित व्यवस्था केलेली असते. या व्यवस्थेमुळे गीझरच्या भांड्यात थंड पाणी येणे थांबले, तर आपोआप विद्युतमंडल खंडित होऊन गीझरमध्ये वीजप्रवाह वाहणे बंद होते व भांड्यात थंड पाणी वाहू लागताच वीजप्रवाह वाहण्यास सुरुवात होते.

हिटिंग रॉड : पाण्यामध्ये बुडवून पाणी तापविण्यासाठी याचा उपयोग होतो. याचा पुढचा भाग धातूचा असून एखाद्या वेटोळ्याप्रमाणे असतो. दुसऱ्या बाजूस लाकडी मूठ असून हातामध्ये हिटिंग रॉड धरण्यासाठी हिचा उपयोग होतो. हिटिंग रॉड जळाला किंवा शॉर्ट झाला, तर तो दुरूस्त करणे कठीण असते. घरामधील पाण्याच्या बकेटमध्ये बसवून पाणी तापविण्यासाठी याचा उपयोग होतो.

हिटिंग रॉड प्रथम पाण्यात बुडवावा व नंतर विजेचे बटन चालू करावे.

सूर्यचूल

लहान वयात खेड्यात मोकळी जागा, भरपूर सूर्यप्रकाश इत्यादींची रेलचेल असते. तेव्हा अशा भागातील रहिवाश्यांना सूर्याकडून मिळणाऱ्या उष्णतेचा उपयोग अन्न शिजविण्यासाठी करता येतो. यासाठी 'सूर्यचूल' नावाचे उपकरण तयार केलेले आहे. उन्हाळ्याच्या दिवसात या चुलीच्या

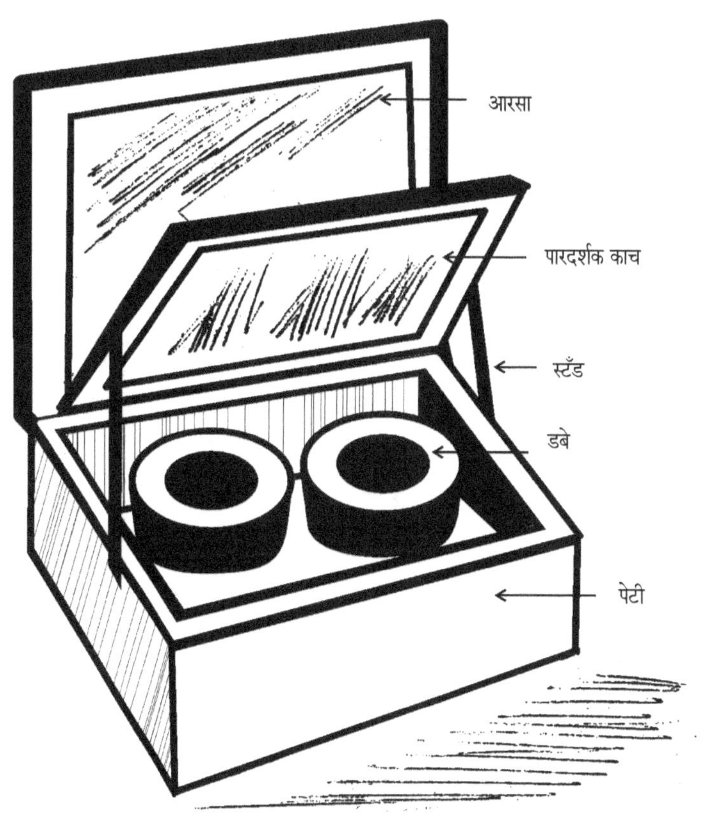

साहाय्याने स्वयंपाक लवकर तयार होतो आणि ढगाळ वातावरणात त्याला वेळ लागतो.

सूर्यचुलीचा आकार आयताकृती असतो.त्याची लांबी ५६ सें.मी, रूंदी ५० सें.मी व उंची २० सें.मी असते. तिला सरकविता यावे, म्हणून तळाशी चाके असतात. ही एक चौकोनी पेटी असून तिला कुलूपसुद्धा लावता येते. हिचा वरचा भाग लाकडी चौकटीचा असतो आणि चौकटीत पारदर्शक काच बसविलेली असते. लाकडी चौकट उचलून पेटीमध्ये अन्न शिजविण्याची भांडी ठेवता येतात.

सूर्यचुलीच्या भिंती आतल्या बाजूने काळा रंग लावून पूर्णपणे काळ्या केलेल्या असतात. त्यामुळे यावर पडणाऱ्या सूर्याकिरणांची उष्णता ह्या भिंती शोषून घेतात. सूर्यचुलीच्या आत ठेवलेल्या भांड्याना किंवा डब्यांना काळा रंग दिलेला असतो. ही भांडी अल्युमिनियमची असतात. सूर्यचुलीच्या बाहेरच्या झाकणाला आतील बाजूने एक मोठा सपाट आरसा बसविलेला असतो. त्याला फिरवून त्याची दिशा बदलता येते. त्यावर पडणारे किरण आरसा फिरवून पेटीतील भांड्यावर पाडता येतात. त्यामुळे भांड्यांना जास्त उष्णता मिळते. ह्यातील भांड्यात तांदूळ, डाळ, चिरलेली भाजी ठेऊन प्रत्येकात आवश्यकतेनुसार पाणी टाकून ही सूर्यचूल गच्चीवर ठेवली की, सुमारे दीड तासांत अन्नपदार्थ शिजून तयार होतात.

चूल वापरात नसेल त्या वेळी चूल स्वच्छ करून भांडी धुऊन कोरडी करून एका प्लॅस्टिकच्या कागदात गुंडाळून ठेवावी म्हणजे धुळमाती आत घुसणार नाही. ह्या चुलीवर पोळ्या भाजणे, तळणे, फोडणी देणे इत्यादी क्रिया करता येत नाहीत.

◆

वॉशिंग मशीन

घरच्या घरी कपडे धुण्यासाठी वॉशिंग मशीन फार उपयोगी आहे. हे यंत्र विजेच्या साहाय्याने चालते. ह्या यंत्रात मळलेले कपडे धुण्यासाठी

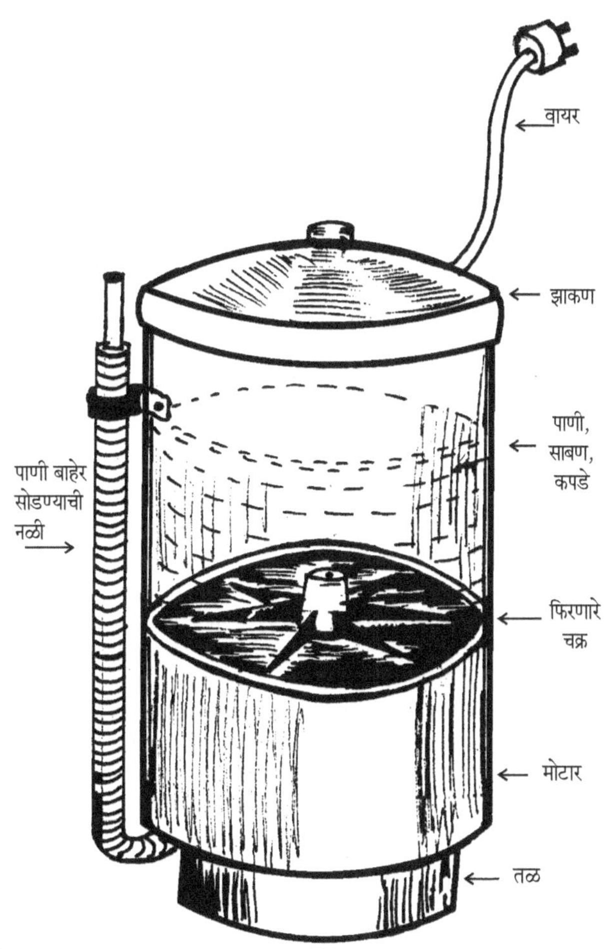

एक व धुतलेले कपडे सुकविण्यासाठी एक अशा दोन टाक्या असतात, आकृतीत एकच टाकी दाखविली आहे. आजकाल ह्या टाक्या फायबरच्या बनविलेल्या असतात. या टाकीच्या खालच्या भागात अर्ध्या अश्वशक्तीची मोटार बसविलेली असते. धुलाई यंत्राचे काम किती वेळ चालू ठेवायचे, हे निश्चित केल्यावर अचूक वेळ दाखविणारे घड्याळ त्यावर बसविलेले असते. त्यामुळे मशीन सुरू केल्यावर तितक्या वेळ मशीन सुरू राहते व वेळ संपताच आपोआप मशीन बंद होते. त्यामुळे तितका वेळ घरातील माणसांना यंत्रावर लक्ष ठेवण्याची गरज नसते.

वॉशिंग मशीनच्या कपडे धुण्याच्या टाकीत प्रथम निम्म्यापर्यंत पाणी भरावे. त्यात कपड्यांना जेवढी आवश्यक तेवढी वॉशिंग पावडर टाकावी. या मिश्रणात ४/५ मळलेले कपडे बुडवावे आणि मशीनची मोटर सुरू करावी. मशीन सुरू झाल्याबरोबर टाकीतील चक्र उलटेपालटे फिरू लागते व त्यात कपडे चांगले घुसळले जातात. विजेच्या मोटरने चक्राला उलटसुलट गती मिळते. अशाप्रकारे साबणाच्या पाण्याने व घुसळून निघाल्याने कपडे स्वच्छ होतात. ते पहिल्या टाकीतील पाण्यातून काढून दुसऱ्या टाकीत टाकतात व त्या टाकीने बटण दाबतात. त्यामुळे सर्व ओले कपडे खूप वेगाने वर्तुळाकार फिरतात. त्यामुळे सेंट्रिफ्युगल फोर्समुळे कपड्यातील पाणी वेगाने बाहेर फेकले जाते व टाकीच्या तळाशी जमा होते. टाकीच्या बाजूला एक पाइप उभा जोडलेला असतो. तो आडवा केला की, दोन्ही टाकीतील मळलेले पाणी त्यातून बाहेर पडते. हा पाइप उभा असेपर्यंत त्याच्यातील व टाकीतील पाणी बाहेर पडत नाही.

त्यानंतर दुसऱ्या टाकीतील कपडे बाहेर काढावे. त्यात जरी पाणी नसले, तरी ते थोडे ओलसर असतात. त्यांना उन्हात किंवा मोकळ्या हवेत तारेवर वाळत घालावे. ते सुकल्यावर त्यांना इस्त्री करावी. छोटेमोठे ४/५ कपडे ह्यात एकाच वेळी धुता येतात. मात्र चादरीसारखे मोठे कपडे एकानेली एकच धुवावे. त्यामुळे यंत्रावर अतिरिक्त भार पडणार नाही.

◆

फ्रीज

हे आकाराने चौकोनी असून एखाद्या कपाटाप्रमाणे दिसते. त्याच्या आत कप्पे असून त्याच्यात खाद्य पदार्थ, ताजा भाजीपाला, फळे, पाण्याने भरलेल्या बॉटल्स ठेवलेल्या असतात. हे सर्व पदार्थ जास्त शिळे न होता, चांगले राहतात. म्हणून खाद्य पदार्थ टिकविण्यासाठी याचा उपयोग होतो. आतील उष्णतामान उणे एक (-१) ते अधिक दहा

(+१०) अशं सेंटीग्रेड इतके असल्यामुळे तेथे जंतूची वाढ होत नाही. खाद्य पदार्थांभोवती हवा खेळती असल्याने हे पदार्थ बराच काळ चांगल्या स्थितीत राहतात.

फ्रीजच्या खालच्या भागात थंड ठेवण्याची यंत्रणा बसविलेली असते व त्याच्या नळ्या शीतकपाटाच्या अगदी वरच्या भागापर्यंत नेलेल्या असतात. तेथे तापमान इतके थंड असते की, त्या कप्प्यात ठेवलेले पाणी गोठून त्याचे बर्फ बनते. उन्हाळ्यात पेयामध्ये टाकण्यासाठी बर्फाचे खडे या कप्प्यातून मिळतात. फ्रेऑन वायूवरील दाब वाढविण्यासाठी 'कॉम्प्रेसर' नावाचे यंत्र व विद्युत्मोटार फ्रीजमध्ये न ठेवता फ्रीजच्या मागील व खालील भागात बसविलेली असतात. फ्रेऑन वायूची वाफ होताना तापमान थंड होते व त्या वाफेचे रूपांतर द्रवात होते. अशा प्रकारे फ्रेऑन द्रव्याची प्रथम वाफ होणे आणि त्यानंतर पुन्हा त्या वाफेचे द्रवात रूपांतर करणे, हे चक्र चालू ठेवले जाते.

शीतकपाटातील तापमान हवे तेवढे खाली आले की, फ्रेऑन द्रवात वाफेत रूपांतर होण्याची क्रिया बंद पाडण्याची व त्यानंतर जरूर तेव्हा पुन्हा सुरू होण्याची व्यवस्था शीत कपाटात स्वयंचलित पद्धतीने घडवून आणली जाते. कपाटातील निरनिराळ्या भागातील उष्ण तापमानात थोडे-थोडे फरक राखले गेल्यामुळे कपाटातील हवेत चलन वलन होऊ शकते.

कपाटातील पदार्थ सुटे-सुटे ठेवावे. एकाच ठिकाणी सर्वांची गर्दी करू नये. अगदी वरच्या कप्प्यात अंडी, मासे ठेवावे. भाजीपाला, फळे ही जरा खालच्या बाजूला ठेवावी. त्यानंतर दूध व शिजविलेले खाद्य पदार्थ ठेवावेत. आठवड्यातून एकदा शीतकपाट कोरडे करणे आवश्यक आहे. शीतकपाट चालू असताना पूर्णपणे उघडे ठेऊ नये. गरम पदार्थ शीतकपाटात ठेऊ नये.

◆

अग्निशामक यंत्र

आग लागली म्हणजे लाखो रुपयांचे नुकसान होते. हे नुकसान टाळण्यासाठी आग लवकर विझविणे महत्त्वाचे असते. या वेळी अग्निशामक यंत्र वापरतात. ह्यात पाणी आणि कार्बन डायऑक्साइड वायू तयार होतात व त्याचा मारा केल्यामुळे पाण्यामुळे आगीचे तापमान खाली उतरते व कार्बन डायऑक्साईड वायुमुळे आग विझते.

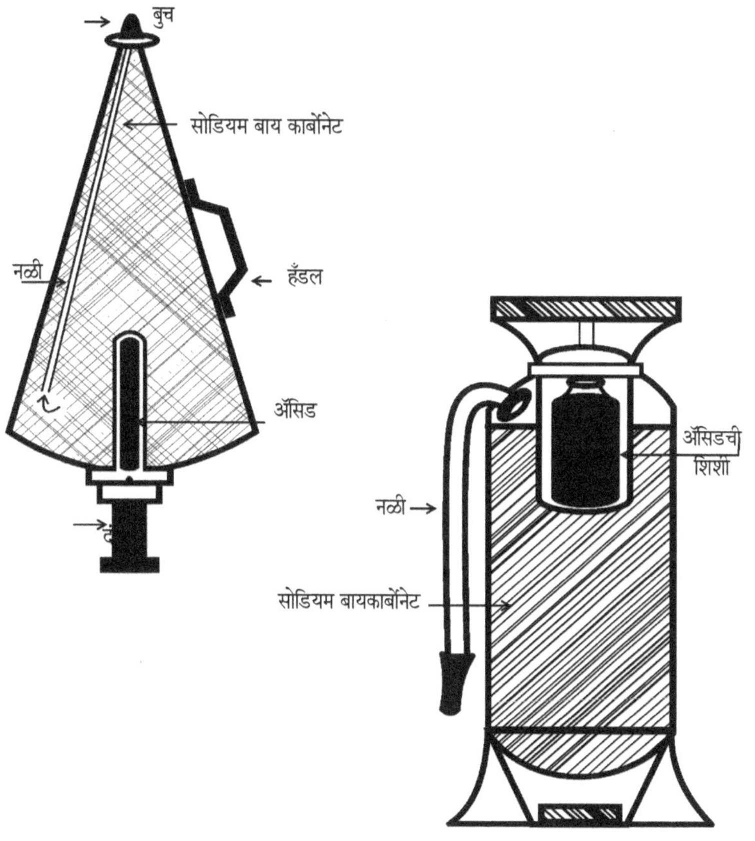

शाळा, कॉलेज, नाट्यगृहे इत्यादी ठिकाणी अग्निशामक यंत्र ठेवलेले असते. या उपकरणात सोडियम बायकार्बोनेट या रसायनाचे द्रावण भरलेले असते. खालच्या बाजूला एक दांडा असतो. त्याला टेकून ऑसिडची बाटली ठेवलेली असते. जेव्हा उपकरण वापरायचे असेल त्या वेळी हे उपकरण त्या दांड्यावर आपटावे. त्या दणक्यामुळे दांडा ऑसिडच्या शिशीवर आघात करतो व शिशी फुटून ऑसिड सोडियम बायकार्बोनेटच्या द्रावणात मिसळते. त्याची जोरदार क्रिया होऊन पाणी व कार्बन डायऑक्साइड वायू तयार होतो व नळीत घुसतो. दाब जास्त असल्याने वरचे बुच उघडून फवारा उडू लागतो. आग लागलेल्या ठिकाणावर हा फवारा सोडला तर आग विझू लागते.

पण सर्वच ठिकाणी हे उपकरण उपयोगी पडतेच असे नाही. तेलाला आग लागली, तर पाण्यापेक्षा तेल हलके असल्याने ते पाण्यावर तरंगेल व आग जास्त पसरेल. त्यासाठी वेगळे उपकरण वापरतात. त्याची रचना सोडा-आम्ल उपकरणाप्रमाणेच असते. पण फेस तयार करणारे द्रव्य सोड्यात मिसळलेले असते. हा फेस तेलापेक्षा हलका असल्याने त्याचा थर तेलाच्या पृष्ठभागावर बसतो. यामुळे आग विझविण्यास पाणी ही कमी लागते. नुसत्या पाण्याने जेवढा पृष्ठभाग व्यापला जाईल, त्यापेक्षा दहापट पृष्ठभाग या फेसाने व्यापला जातो व आग विझते.

तेल काढण्याचे कारखाने, पेट्रोलचे साठे, शास्त्रीय प्रयोगशाळा इत्यादी ठिकाणी हे उपकरण फार उपयोगी पडते. हे उपकरण आपटावे लागत नाही. ते आडवे केले की, ऑसिडची शिशी तिरपी होते व ऑसिड सोड्याच्या द्रावणात मिसळते. फेस व कार्बन डायऑक्साईड वायू नळीतून बाहेर पडतात व तेलाची आग विझवतात.

◆